बिर्ला

कहाणी उद्योगाची आणि कुटुंबाची

डॉ. शरच्चंद्र गोखले

डायमंड पब्लिकेशन्स, पुणे

बिर्ला : कहाणी उद्योगाची आणि कुटुंबाची

डॉ. शरच्चंद्र गोखले
'देवाशिष',
अलंकार को.ऑप. हौ. सोसा.,
१३, कर्वेनगर, पुणे ४११ ०५२

प्रथम आवृत्ती : ९ एप्रिल २००९

पुनर्मुद्रण : २०२१

ISBN 978-81-8483-112-2

© डायमंड पब्लिकेशन्स, पुणे - ३०

मुखपृष्ठ :
शाम भालेकर

प्रकाशक :
डायमंड पब्लिकेशन्स
२६४/३ शनिवार पेठ, ३०२ अनुग्रह अपार्टमेंट
ओंकारेश्वर मंदिराजवळ, पुणे-४११ ०३०
☎ ८६०००१०४१६, ०२०-२४४५२३८७, २४४६६६४२
info@dpbooks.in

ऑनलाईन पुस्तक खरेदीसाठी भेट द्या
www.dpbooks.in

मनोगत

माझा आणि श्री. बसंतकुमार बिर्ला व सरलाजी बिर्ला यांचा परिचय गेल्या दहा वर्षांतला. अनेक वेळेला त्यांना भेटण्याची, सविस्तर बोलण्याची संधी मला मिळाली. औपचारिक भेटीगाठी यापेक्षाही केव्हांतरी विमानतळावर विमानाची वाट बघत असताना झालेल्या गप्पांमधून या दोघांचे विचार त्यांचे अनुभव समजावून घेता आले. त्यांच्या घरी गेल्यावर या घरातील माणसांचे परस्पर संबंध किती जिव्हाळ्याचे आहेत आणि उद्योगाचा प्रचंड पसारा सांभाळत असताना आयुष्यामध्ये त्यांनी बाळगलेली जीवनमूल्ये, ती जपण्याची सदैव धडपड आणि ईश्वरश्रद्धेतून त्यांच्यावर झालेला संस्कार हे मला खूपच भावले.

एका उद्योगपती घरामध्ये बहुधा आढळणारी श्रीमंती दाखवण्याची वृत्ती किंवा उधळ-माधळ यांचा संपूर्ण अभाव मला त्यांच्या घरात दिसला. ईश्वरावरची श्रद्धा, भारतीय संस्कृतीसंबंधी विलक्षण आत्मीयता आणि कुलाचाराप्रमाणे आलेल्या तत्त्वांचे विचारपूर्वक पालन यामुळेच या घरातील मुले एका विशिष्ट वंशपरंपरागत दिशेने घडवली जात असावीत, असे मला वाटते. म्हणूनच हे एक संस्कारित कुटुंब आणि त्यात घडणारी माणसं यावर जर हे पुस्तक बेतता आले तर बिर्ला कुटुंबियांचे अनुभव व परस्पर संबंध यामुळे वाचकालाही संस्कृतीची व संस्कारांची अनुभवसमृद्धी मिळेल असे वाटल्यामुळे मी हे पुस्तक लिहिले.

साधारणपणे आयुष्याची सुरुवात करणाऱ्या तरुण मुलांच्या हातात हे पुस्तक गेले तर हे अधिक उपयुक्त ठरेल असे शैक्षणिक क्षेत्रातील माझे मित्र मला सांगतात. त्यामुळे या पुस्तकात बिर्ला उद्योगाचा या देशात व परदेशात झालेला विस्तार तसेच त्यांनी गुंतवलेले भांडवल या विषयावर फार भर न देता या कुटुंबातील माणसे म्हणजे पणजोबा, आजी, आजोबा, वडील, मुलगा, नातू, सुना या सर्वांच्या परस्परसंबंधाविषयी मी लिहिले आहे आणि या सुसंस्कृत परस्पर संबंधांना पुष्टी देणारी काही पत्रे या पुस्तकात समाविष्ट केलेली आहेत.

'माझे चरित्र का लिहिता ? मी असे काय विशेष केलेले आहे?' असे म्हणून श्री. बसंतकुमारजींनी मला आपला अनुत्साह दाखविला पण चर्चा झाल्यानंतर म्हणाले की, 'या निमित्ताने माझेही गुणदोष मला दिसतील त्यामुळे जरूर लिहा' अशी संमती दिली. श्री. बसंतकुमार मराठी बोलत नाहीत पण सरलाजींची मातृभाषा मराठी आहे त्यामुळे माझे लेखन ते आपल्या पतीराजांपर्यंत पोचवतील असा मला विश्वास आहे.

या पुस्तकनिर्मितीच्या कामी आमच्या कार्यालयातील साहाय्यिका कु. गौरी जोग व सौ. नीला देशपांडे यांचे खूप साहाय्य झाले त्यांचे मन:पूर्वक आभार. हे प्रकाशन उत्तमरीतीने प्रकाशित केल्याबद्दल श्री. दत्तात्रेय पाष्टे यांनाही मन:पूर्वक धन्यवाद.

शरच्चंद्र गोखले

अनुक्रमणिका

बसंतकुमार बिर्ला आणि सरला बिर्ला समवेत
डॉ. शरच्चंद्र गोखले व रोहिणी गोखले

9

पार्श्वभूमी

भारतामध्ये जे यशस्वी आणि समृद्ध उद्योजक आहेत त्यामध्ये टाटा व बिर्ला यांची नावे प्रथम डोळ्यापुढे येतात. उद्योगक्षेत्रामध्ये या दोन्ही कुटुंबांनी जे नेतृत्व दिले त्यांच्या यशाची गाथा पुष्कळदा सांगितली जाते. परंतु बिर्ला कुटुंबाच्या बाबतीत मला असे वाटते की उद्योग जगतातील त्यांची यशस्विता ही दिमाखदार तर आहेच परंतु त्या घरातील धार्मिक वातावरण, आध्यात्मिक परंपरा आणि परस्परांविषयी असणारे संवेदनाशील भावबंधन यावर जर कुणी लिहिले तर वाचकाला ती एक संस्कारांची सोन्याची खाण सापडल्यासारखे होणार आहे म्हणूनच ज्या नैतिक मूल्यांच्या आधारावर बिर्ला कुटुंबाने आपल्या जीवनाला आकार दिला, त्याविषयी लिहावे असे फार दिवस माझ्या मनात होते. आयुष्यात आलेले सुख-दुःखाचे प्रसंग व आलेली आपत्ती याला तोंड देताना ज्या पद्धतीने त्यांनी आपली स्थिरचित्त वृत्ती दाखवली, तिच्या अनुकरणाने कोणाच्याही जीवनात परिवर्तन होऊ शकेल असे मला वाटते. पैसा हे एक साधन आहे परंतु तेच जर साध्य बनले तर पुष्कळदा त्या धनवंत माणसाचा राक्षस व्हायला वेळ लागत नाही, म्हणूनच बसंतकुमार आणि सरलाजी यांच्या जीवनात विश्वासार्हता आणि पावित्र्याला जे महत्त्वाचे स्थान त्यांनी दिलेले आहे, ते पाहणे मला महत्त्वाचे वाटले. स्वार्थाच्या किंचितशा कारणानेसुद्धा या दोघांनी न्यायाचा मार्ग सोडला नाही. आपले आयुष्य आत्मसन्मानाने जगताना त्यांनी समाजातील दीन आणि दुःखी माणसांचा विचार सदैव मनात ठेवला आणि त्यांच्यासाठी काहीतरी करण्याची सतत धडपड केली. उच्च तत्त्वे उराशी बाळगून दुसऱ्यासाठी जगणारी माणसे फार क्वचित आढळतात आणि म्हणनूच मला या चरित्राचे महत्त्व वाटते.

श्रीयुत बसंतकुमार बिर्ला आणि त्यांच्या सुविद्य पत्नी सौ. सरलादेवी बिर्ला हे दांपत्य आणि त्यांचे सारे घर एक संस्कारित कुटुंब आहे. बिर्ला यांचे घर म्हणजे भारतीय

परंपरा सांभाळणारे आणि संस्कार करणारे आहे. ज्या कोणाला भारतीय परंपरा आणि त्यातून येणारे संस्कार पाहायचे असतील, त्यांनी बिर्ला कुटुंबातील परस्परांच्या संबंधाकडे आणि त्यांच्या दैनंदिन जीवनाकडे पहावे. बिर्ला परिवार हे एक विस्तारित कुटुंब आहे. त्यामुळे ही कथा केवळ दोन व्यक्तींची नाही तर त्यांच्या भोवतीच्या साऱ्या बिर्ला कुटुंबाची आहे. त्यांची परंपरागत उद्योजकांची भूमिका करताना त्यांनी आपली अध्यात्मिक परंपरा सोडली नाही. आयुष्यात ज्या मूल्यांची त्यांनी जपणूक केली आणि त्याच बरोबर परस्परांच्या नाते-संबंधांना जी एक गाढ प्रेमाची झालर दिली, हे कसे घडले हे समजून घेतल्याशिवाय भारतातील या श्रेष्ठ उद्योजकाची व त्यांना सावली सारखी साथ देणाऱ्या पत्नीची पुरी ओळख होणारच नाही. बिर्ला कुटुंबाचा औद्योगिक विकास कसा झाला हे तपासणे जितके महत्त्वाचे तितकेच आपले संस्कार जपण्यासाठी त्यांनी कोणते परिश्रम केले ते पाहाणे महत्त्वाचे आहे. त्यांच्या आयुष्यात अनेक सुखदायक प्रसंग आले त्याचप्रमाणे अनेक हृदय हेलावणाऱ्या घटना आणि अवघड प्रसंगही आले. या सर्वांना त्यांनी तोंड कसे दिले. अंत:करण विदीर्ण करणाऱ्या दुर्दैवी घटनांना तोंड देतानासुद्धा त्यांनी आपले दु:ख गिळून स्थितप्रज्ञतेने जगाला कसे तोंड दिले, हे पाहताना आपल्यालासुद्धा आध्यात्मिक संस्कारांचा सुवर्णस्पर्श आपोआपच होतो.

माणुसकीचा वसा घेतलेली माणसे

कोणत्याही मोठ्या धनाढ्य आणि उद्योगपतीच्या घरात, पुष्कळदा संपत्ती, अधिकार आणि अमर्याद हाव यामुळे चांगली माणसेसुद्धा मोहात पडून त्यांचे रूपांतर सहजपणाने राक्षसात झालेले आपण बघतो. परंतु इतकी अमाप संपत्ती, इतका देशोदेशी विस्तारलेला उद्योगसमूह यावर संपूर्ण अधिराज्य असूनसुद्धा बसंतकुमार आणि सरलाजी या दोन्ही माणसांनी आपली नम्रता, ऋजुता आणि भक्ती सोडलेली नाही. उद्योग उत्तम कसा चालवावा हे सांगताना बसंतकुमार म्हणाले की, 'उद्योगाला पुरेसे भांडवल नसणे, दैनंदिन व्यवहारासाठी रोकड उपलब्ध नसणे, विचारपूर्वक केलेले अंदाजपत्रक आणि नियोजनपूर्वक केलेले मार्केटिंग नसणे यामुळे उद्योग तोट्यात जातो. ही पथ्ये पाळली तर कोणताही धंदा तोट्यात जाणार नाही, पुष्कळदा उद्योगाच्या व्यवस्थापनावर नियंत्रण नसणे, गिऱ्हाईकांचे समाधान न करणे यामुळेच धंद्यात खोट येत असते. पण हा उद्योगाचा पसारा आणि त्यातून निर्माण झालेली ही संपत्ती कशाकरता यांचे उत्तर बसंतकुमार अगदी गांधीवादी पद्धतीने देतात, त्यांच्या दृष्टीने ही समृद्धी म्हणजे समाजाकरता मिळवलेली ठेव आहे. आपल्या गरजा भागवाव्यात आणि त्यानंतरचा नफा हा विश्वस्तनिधीच मानला पाहिजे. या दोघांच्या आयुष्याकडे पाहताना मला सर्वात महत्त्वाची गोष्ट कोणती

वाटली असेल, तर ती म्हणजे आचारांचे पावित्र्य आणि वागण्यातील शुचिता. हे गुण केवळ त्यांच्यातच आहेत असे नाही तर हे गुण परंपरेने त्यांच्या कुटुंबात चालत आलेले आहेत. आपला स्वार्थ बाजूला ठेवून सर्वांशी नि:पक्षपातीपणे वागणे हा दोघांचाही स्वभाव आहे. त्यामुळे बसंतकुमार किंवा सरलाजी यांना केव्हाही दुसऱ्याविषयी वाईट बोलताना कुणीही ऐकलेले नाही.

पिलाणी ते मुंबई

हे कुटुंब मारवाडी समाजातले. राजस्थानच्या मारवाड भागातून आलेले. राजस्थानचा हा भाग म्हणजे एक रुक्ष वाळवंट आहे. ही मरूभूमी आहे. या मारवाडी समाजाचा मुख्य धंदा म्हणजे सावकारी. लोकांना पैसे देणे, मुद्दल आणि व्याज वसूल करणे, यामध्ये गुंतलेल्या बिर्लांच्या ११ पिढ्या मुख्यत: पिलाणी या राजस्थानमधल्या गावात स्थायिक झालेल्या होत्या. या वाळवंटी प्रदेशात उन्हाळ्यात भाजेल इतके उष्ण तापमान आणि हिवाळ्यात शून्याच्याही खाली जाणारे गोठवणारे तापमान असते.

त्या वेळी देशात १८५७ च्या स्वातंत्र्य युद्धाच्या ज्वाला पसरत होत्या आणि मीरतला पहिला उठाव झाला होता. या राजकीय पार्श्वभूमीवर सुमारे १८५८ साली शिवनारायण बिर्ला यांनी आपली नोकरी सोडून स्वत:चा धंदा उभारायचे ठरवले. शिवनारायण यांनी राजस्थान सोडून खूप लांबचा प्रवास करून अहमदाबाद किंवा मुंबईला जावे, हे बिर्ला कुटुंबाला मान्य नव्हते. घरातील ज्येष्ठांनी परोपरीने त्यांना समजावून सांगितले, पण शिवनारायण आपल्या मतावर ठाम होते. १८ वर्षांच्या या मुलाला उद्योगपती होण्याच्या स्वप्नाने पछाडले होते आणि शेवटी एका उंटावर बसून ते अहमदाबादला निघाले. २० दिवसांच्या प्रवासानंतर पिलाणीहून अहमदाबादला पोचले. तेथून मुंबईची गाडी पकडून मुंबईला आले. शिवनारायण बिर्ला मुंबईला आले, त्यावेळी देशावर ब्रिटिशांची सत्ता होती, आणि त्यामुळेच उद्योगधंद्यावर येणारी बंधने आणि भोवती असणारे क्रूर दारिद्र्य यांचा खोल ठसा त्यांच्या संवेदनशील मनावर उमटला. भारतीय स्वातंत्र्यासाठी आपण काही करायला हवे अशी बोचणी त्यांच्या मनाला लागली. प्रत्येक उद्योजकाची याबाबत काही जबाबदारी आहे असे त्यांना नेहमीच जाणवत असे. शिवनारायण हे मुंबईत ७ वर्षे राहिले आणि त्यानंतर ते ७ लाख रुपयांची शिल्लक घेऊन पिलाणीला परत गेले. आजच्या किंमतीच्या दृष्टीने ती रक्कम ७ कोटींची आहे. आपल्या गावासाठी, समाजासाठी आपण काय करायला हवे, याच्या कल्पना मनात स्पष्ट नव्हत्या. पण काहीतरी करायलाच हवे, ही जाणीव मात्र तीव्र होती. त्यांना वाटे की आपल्या गावात आपण एक चांगली हवेली बांधावी. गावाचा फायदा होण्याकरता त्यांनी

गावाभोवती देवळे बांधली, विहिरी खणल्या आणि राजस्थानच्या मरूभूमीत तलाव खोदले.

आजी आजोबा यांचा सहवास

त्यांचा एकुलता एक मुलगा बलदेवदास हाही वडिलांच्या पावलावर पाऊल ठेवून आपले नशीब आजमावण्यासाठी कोलकात्याला गेला. एका ज्योतिषाने त्याला सांगितले, 'तुम्ही इतक्या लांब जाऊ नका. तुमचे आयुष्य फार मर्यादित आहे.' पण ज्योतिषापेक्षा आपल्या स्वत:च्या कर्तृत्वावर विश्वास ठेवणारे बलदेवदास कोलकात्याला गेले आणि ज्योतिष्याला खोटे पाडून ९३ वर्षांपर्यंत जगले.त्यांचा नातू घनश्यामदास बिर्ला म्हणजे बसंतकुमार बिर्ला यांचे वडील. बलदेवदास (बसंतकुमारांचे आजोबा) हे उद्योगधंद्यातून निवृत्त होऊन अत्यंत साध्या राहाणीमानाने वाराणशीला राहात असत.

पूर्वी एका ज्योतिषाने बिर्ला कुटुंबातील बलदेव (बसंतकुमारांचे आजोबा) आणि त्यांच्या पत्नी योगेश्वरी या दोघांनाही वयाच्या ५० व्या वर्षी मृत्यूयोग आहे असे सांगितले होते. आध्यात्मिक विचारांच्या बलदेवांनी ५० व्या वर्षी सर्व ऐहिक व्यवहारातून बाजूला होण्याचे ठरविले आणि ते आणि त्यांच्या पत्नी दोघेही बनारसला जाऊन राहिले. बनारसला धार्मिक पुस्तकांचे वाचन आणि आध्यात्मात ते रमले. सुदैवाचा भाग असा की बलदेवदास ९३ वर्षापर्यंत जगले आणि योगेश्वरी देवी ९२ व्या वर्षी वारल्या. १२ व्या वर्षापासून ८० वर्षे योगेश्वरींचे वैवाहिक जीवन होते. पण पतिनिधनानंतर त्यांनीही मनाने आपले आयुष्य संपवले, पण सरासरी एक महिना बिर्लांच्या मुख्य घरी राहिल्यानंतर त्या पुन्हा बनारसला गेल्या. त्यांच्या मुली-सुना, नाती आळीपाळीने जाऊन त्यांना बनारसला भेटत. शेवटपर्यंत त्यांची प्रकृती चांगली होती. पण पतिनिधनानंतर मात्र एक वर्षाने त्यांची जीवनयात्रा संपली.

बसंतकुमार आणि सरलादेवी यांना आपल्या आजी आजोबांबरोबर म्हणजे बलदेवदास यांच्याबरोबर घालवलेले दिवस अजूनही आठवतात. हे आजोबा त्यांना धार्मिक पुस्तके वाचून दाखवत असत, घरी पंडितसभा भरवत असत. घरी दररोज धार्मिक ग्रंथांचे वाचन होत असे. नित्यनियमीत होणाऱ्या या धार्मिक वाचनाचा परिणाम बसंतकुमार आणि सरलादेवींवर इतका दृढ झाला आहे, की त्यांनी कोलकात्याला घर बांधल्यावर अजूनही तीन पंडित तेथे येऊन रोज धर्मग्रंथांचे वाचन करतात. दुर्गा सप्तशती, चंडीपाठ आणि रामायण यांचे रोज वाचन होत असते, याखेरीज अथर्वशीर्षाचेही पठण रोज होत असते. या मंत्रोच्चाराने घरात एक प्रकारची आध्यात्मिक ऊर्जा निर्माण होते असे बसंतकुमार आणि सरलाजींना वाटते. आजोबांपासून आलेले हे व्रत बसंतकुमारांनी आपल्या मुला-नातवंडांपर्यंत पोहोचवले आहे. ज्या घरात कायम जमीन-जुमला, पैसा-

अडका, मिळकत यांचाच विचार होत असेल असे वाटते, त्या घरात या संस्काराला आजही किती मानले जाते याची जाणीव यातून आपल्याला होते.

मारवाडी समाजाचा विरोध

बसंतकुमारांना अनेक वेळा समाजाच्या विरोधाला तोंड द्यावे लागले. त्याकाळी त्या समाजात सनातनीवृत्तीच्या माणसांचे प्रमाण खूप मोठे होते, आणि त्यामानाने सुधारक विचाराचे तरुण असे माहेश्वरी लोक कमी होते. जे होते ते बसंतकुमारांच्याबरोबर होते. घडले ते अचानकच. त्यातला एक प्रसंग असा की, ज्यावेळी सबंध मारवाडी समाज पेटून उठला होता. बसंतकुमारांचे काका रामेश्वरदास यांची पहिली पत्नी गुलाबदेवी यांचे निधन झाल्यानंतर त्यांनी शारदा झँवर या आधुनिक मुलीशी लग्न केले. माहेश्वरी समाजाचे मत असे होते की, झँवर कुटुंब कोलवार जातीचे असून माहेश्वरी समाजापेक्षा कमी दर्जाच्या जातीचे आहेत. समाजाला अमान्य असणाऱ्या अशा लग्नाबद्दल बिर्ला कुटुंबाने माफी मागावी अशी मागणी माहेश्वरी समाजाने केली होती. समाजाचा हा प्रतिसाद रामेश्वरचे बंधू घनश्यामदास यांच्यापर्यंत पोहचला. त्यावेळी ते आपल्या पत्नीच्या स्वास्थ्यासाठी सिमल्याला राहत होते. त्यांनी ताबडतोब आपल्या बंधूंना आणि वडिलांना तार केली. घनश्यामदासांनी आपल्या बंधूंना लिहिले की, 'तुम्ही जर माफी मागितली तर ते अयोग्य ठरेल आणि तसे झाले तर मलाही आपल्या कुटुंबापासून वेगळे व्हावे लागेल.' माहेश्वरी समाजाने बिर्ला कुटुंबावरील बहिष्कार निश्चित केला आणि या कुटुबांशी कोणीही कसलाही संबंध ठेऊ नये असे जाहीर केले. माहेश्वरी समाजातील ज्येष्ठ मंडळींनी अशी धमकी दिली की यापुढे बिर्लांच्या घरातील कोणत्याही लग्नाला आम्ही मान्यता देणार नाही, इतकेच नव्हे तर जे कोणी कुटुंब बिर्ला कुटुंबाशी विवाह संबंध जोडतील त्यांनाही आम्ही समाजातून बहिष्कृत करू.

समाजाच्या या निर्णयाचे घनश्यामदासांनी हसून स्वागत केले. ते म्हणाले की, 'बिर्लांशी कुणी लग्न करू नये असा निर्णय आहे का? जोपर्यंत माझी बुद्धी शाबूत आहे, जोपर्यंत समृद्धी कायम आहे आणि जोपर्यंत मी न्याय आणि धर्माचा आदर करतो तोपर्यंत अशा धमक्यांना आम्ही भीक घालणार नाही. आमच्या मुली आणि मुले ह्यांची लग्ने होतच राहतील.' घनश्यामदास यांची ही उग्र प्रतिक्रिया आणि आत्मविश्वास पाहिल्यानंतरसुद्धा माहेश्वरी समाजातील ज्येष्ठ मंडळी बहिष्काराच्या निर्णयावर जवळजवळ १० वर्षे ठाम राहिली. परंतु त्यानंतर माहेश्वरी समाजातील एका ज्येष्ठ माणसाने आपली मुलगी बिर्ला कुटुंबात देण्याचे ठरविले आणि अखेर या बहिष्कृत कुटुंबाला न्याय मिळाला.

पं. जवाहरलाल नेहरूंसमवेत
घनश्यामदास बिर्ला व आदित्य बिर्ला

२

घनश्यामदास बिर्ला

घनश्यामदास बिर्ला यांच्या एका चरित्रकाराने त्यांचे वर्णन करताना 'राजस्थानच्या वाळवंटात उदंड पाऊस पाडणारा ढग' असे केले होते. टाटा काय किंवा बिर्ला काय दोनही घराण्यांनी कापड उद्योगांपासून सुरुवात केली. त्यानंतरची पिढी म्हणजे घनश्यामदास आणि जे. आर. डी. टाटा यांनी हीच परंपरा पुढे चालू ठेवून उद्योग जगतात स्वत:चे स्थान निर्माण केले. त्या वेळेला त्यांनी त्या काळच्या पंतप्रधानांना एक पत्र लिहिले होते. १९५३ च्या या पत्रात घनश्यामदासांनी पंतप्रधानांना लिहिले, 'आज आम्हाला ब्रिटनहून एक पत्र आले आहे आणि त्यात दारूगोळा आणि स्फोटकाचा कारखाना तुम्ही काढाल का? अशी पृच्छा केली आहे. दुसरे पत्र जर्मनीहून आले आहे, यात त्यांनी त्यांच्या भागीदारीत आम्ही पोलादाचा कारखाना काढावा अशी विचारणा आणि विनंती केली आहे. आज माझे वय ६० आहे आणि कुठल्याही नवीन उद्योगात पैसे आणि मन घालावे असे मला वाटत नाही. माझी खरी इच्छा अशी आहे की, आपल्या देशासाठी आपण अशी कारखानदारी उभारावी की ज्यातून दारिद्र्य हटवण्यासाठी काही ठोस कामगिरी करता येईल.' आपण काय सुचवता ? दुर्दैवाने या पत्राला त्या काळच्या पंतप्रधानांनी कोणतेच उत्तर दिले नाही.

घनश्यामदास यांनी बसंतकुमारांना उद्योगाचे धोरण आणि नियोजन याबाबत खूपच स्वातंत्र्य दिले. फार तर ते मधून मधून एखादा प्रश्न विचारत, 'सर्व ठीक चालले आहे ना? उद्योग नफ्यात चालला आहे ना?' या पलीकडे ते काही विचारत नसत कारण ते म्हणत की एकदा कोणावर विश्वास टाकला की त्याला कामाचे संपूर्ण स्वातंत्र्य द्यायला हवे.

गांधींना पाठिंबा

महात्मा गांधींना पूर्ण पाठिंबा द्यायचा निर्णय घनश्यामदासांनी एकदा घेतला आणि तो संपूर्णपणे जन्मभर पाळला. 'देशाच्या विकासासाठी कारखानदारी' हा विचार पुढे नेण्यासाठी घनश्यामदासांनी पुढाकार घेऊन मुंबईत ज्येष्ठ उद्योगपतींची एक सभा निमंत्रित केली. या सभेला जे. आर. डी. टाटा उपस्थित होते. या सभेनंतर त्यांनी व्हाईसरॉय यांना एक पत्र लिहिले ते असे, 'आम्ही सर्व व्यापारी आणि उद्योगपती आहोत. कारखानदारी ही देशाच्या विकासासाठी असावी. विकासासाठी या देशात शांतता राहावी, कारखानदार आणि कामगार यांचे परस्पर संबंध सलोख्याचे असावेत ही आमची भावना आहे, हे वेगळे सांगायला नको. आजच्या काळाची गरज अशी आहे की, कोणत्याही कायद्याची अथवा धोरणाची अंमलबजावणी करताना केवळ नकारात्मक विचार करून, केवळ कायद्याच्या शब्दावर बोट ठेवून कडक कारवाई न करता, परस्पर विचारविनिमय, सहानुभूती आणि समजूत यांच्या आधारावर या अवघड परिस्थितीला आपण तोंड द्यायला तयार असले पाहिजे. भारतीय उद्योगांचा विकास हा समाजोन्मुख असायला हवा. त्यासाठी धोरणात्मक बदल व्हायला हवा.'

खरी गोष्ट ही होती की 'भारत छोडो' या चळवळीला बिर्ला यांनी भरघोस आर्थिक मदत केली होती. तसेच भूमिगत कार्यकर्त्यांनाही भरपूर मदत केली होती ही गोष्ट इंग्रज सरकार आणि भारताचे ब्रिटिश व्हॉईसरॉय सहजासहजी विसरू शकत नव्हते. या सर्व घडामोडींकडे बसंतकुमार आश्चर्याने आणि वडिलांच्या नेतृत्त्वाकडे अपार आदराने पाहात होते. या क्षणापर्यंत घनश्यामदास हे रंगमंचावर न येता पडद्यामागून काम करत होते. पण ८ ऑगस्ट १९४२ ला काँग्रेस कमिटीने 'भारत छोडो' हा ठराव मान्य केला आणि घनश्यामदास हे उघडपणाने गांधींजीच्या मागे उभे राहिले. 'करेंगे या मरेंगे' या गांधींजीच्या घोषणेला त्यांनी प्रतिसाद दिला. त्यावेळी गांधी मुंबईच्या माउंट प्लेझंट रोडवरील बिर्लांच्या घरात राहात होते. स्वाभाविकच गांधीजींना पकडायचे वॉरंट घेऊन पोलीस तेथे आले. पण त्यांना थांबावे लागले, कारण बिर्लांच्या घरात प्रार्थना सभा चालू होती. प्रार्थनासभा संपली. शारदाजी (रामेश्वरदास यांच्या पत्नी) यांनी गांधीजीच्या कपाळावर तिलक लावला आणि गांधीजी पोलिसांबरोबर गेले.

उद्योगधंद्यातील यश हे चांदीच्या तबकात घालून बिर्ला यांना कुणी कधीच दिले नाही. आज बिर्लांचे उद्योग जगतात जे स्थान आहे त्याला शंभर-दीडशे वर्षांची परंपरा आणि त्यामागचे अपरिमित कष्ट जबाबदार आहेत. शिवनारायण बिर्ला हे पिलाणीपासून उंटावर बसून मुंबईपर्यंत गेले. त्यांचे चिरंजीव बलदेवदास अवघ्या १३ व्या वर्षीच उद्योगात पडले. बलदेवदास यांचे चिरंजीव घनश्यामदास यांनीही लहान

वयात उद्योगात पदार्पण केले. त्यांनी १६ व्या वर्षी स्वत:ची पेढी उघडली आणि २० वर्षे पूर्ण होण्याच्या आतच त्यांची गणना मोठ्या उद्योगपतींमध्ये होऊ लागली. तरुण वयातच ब्रिटिश साम्राज्याविषयी तीव्र संताप त्यांच्या मनात खदखदत होता. त्यामुळे बंगालमधील यूथ लीगच्या कामात ते पडले. ब्रिटिश सरकारविरुद्ध हिंसक कारवाया करण्याच्या संशयावरून पोलीस त्यांच्यावर लक्ष ठेवून होते.

घनश्यामदास आणि त्यांचे भाऊ यांनी तागाच्या उद्योगात पुष्कळ नाव कमावले. दुसरे महायुद्ध सुरू होण्यापूर्वी बिर्लांची संपत्ती साडेतीन दशलक्ष डॉलर्स इतकी होती. युद्ध संपताना बिर्लांची संपत्ती २० दशलक्ष डॉलर्स इतकी झाली होती. त्यांच्या २० कंपन्या होत्या. आज बिर्ला घराण्याकडे २०० मोठमोठे उद्योग आहेत. त्यात कापड, साखर, ताग, मोटारी, सायकली, बॉयलर, कॅल्शियम, कार्बाइड, इंडस्ट्रियल अल्कोहोल, लिनोलियम, गरम कपडे, तूप, मार्जोरिन, स्टार्च, मिठाई, बँका आणि इन्शुरन्स यांचा समावेश आहे.

राजकीय संबंध

भारतात राजकीय जागृती होते आहे हे लक्षात आल्यावर, या चळवळीतील सर्व घटकांशी घनश्यामदासांनी घनिष्ट संबंध जोडले. हिंदू राष्ट्रवादी मदनमोहन मालवीय, राष्ट्रपिता महात्मा गांधी, लाला लजपतराय अशा अनेकांशी त्यांचा स्नेह होता. राष्ट्रीय चळवळीतील नेते आणि कार्यकर्ते यांना ते सदैव मदत करत. पण कधी कधी ''बिर्लांसारख्या मित्राच्या खर्चाने आम्ही जगतो आहोत' याची खंत लाला लजपतराय व्यक्त करीत. या उलट गांधी स्पष्टपणे सांगत, की संपत्तीविरुद्ध त्यांना काहीच म्हणायचे नव्हते. संपत्ती हे फक्त साधन आहे. ज्यावेळी संपत्ती हे साध्य बनते त्यावेळी खरी अवघड परिस्थिती निर्माण होते. समाजवादाकडे त्यांचे मन वळत नव्हते कारण जबरदस्तीने संपत्तीचे विभाजन व्हावे, हे गांधीजींना मान्यच नव्हते. गांधींना सामाजिक न्यायाची प्रतिष्ठा आणि दारिद्र्य निवारण व्हायला हवे, असे वाटत होते. पण समाजात होणारा बदल हा केवळ कायद्याने अथवा सरकारी हस्तक्षेपाने आला किंवा दहशत दाखवून आला तर तो बदल टिकाऊ आणि परिणामकारक होणार नाही, म्हणून प्रत्येक माणसाचे हृदयपरिवर्तन व त्यातून समाजाचे परिवर्तन ही संकल्पना गांधीजींना महत्त्वाची वाटे. उद्योगपतींनी आपल्या संपत्तीचे वाटप आपणहून करावे असा त्यांचा मानस होता. स्वत:ला गरज असेल तेवढे घेऊन बाकीचे वितरण समाजासाठी व्हावे ही त्यांची धारणा होती. श्रीमंत माणसाने आपली संपत्ती हा समाजाचा विश्वस्तनिधी आहे असं समजून तिचा

वापर करावा. असे गांधीजींचे मत होते; आणि घनशामदास बिर्लांना ते पूर्णपणे मान्य होते.

१९४३ साली बंगालमध्ये फार मोठा दुष्काळ पडला. साडेतीन दशलक्ष लोक भूकबळी झाले. यावेळी घनश्यामदास आणि बसंतकुमार यांनी या परिस्थितीला जबरदस्त टक्कर देण्याचे ठरविले. दुष्काळग्रस्त लोकांसाठी त्यांनी सहा जेवणगृहे उभारली. त्यात रोज १२ हजार लोक जेवत होते. दुष्काळग्रस्त मुलांना त्यांनी पिलाणीला पाठवले आणि बिर्ला एज्युकेशन ट्रस्टमार्फत त्यांच्या शिक्षणाची व्यवस्था केली. बंगालच्या दुष्काळाला तोंड देणारी सर्वांत मोठी शक्ती म्हणजे बिर्ला कुटुंब.

परदेशातून काहीही आयात करावे लागू नये ही इच्छा सर्वांचीच होती. ही इच्छा प्रत्यक्ष कृतीत आणण्याकरता १९४४-४५ साली मुंबईला उद्योगपतींची एक सभा भरवण्यात आली. या सभेत भविष्यातील अर्थव्यवस्था कशी असावी याचा आराखडा तयार करण्यात आला. या सभेला घनश्यामदास बिर्ला, जे.आर.डी. टाटा, कस्तुरभाई लालभाई, ए. डी. श्रॉफ, जॉन मथाई इ. उद्योग जगतातले दिग्गज उपस्थित होते. संपूर्णपणे भांडवलशाहीही नको आणि संपूर्णपणे समाजवादी आर्थिक चौकट नको, पण भारताच्या विकासाच्या दृष्टीने एक संमिश्र अर्थव्यवस्था असावी, याची मार्गदर्शक तत्त्वे या सभेत ठरविण्यात आली आणि यातूनच देशाच्या आर्थिक विकासाचा आराखडा तयार झाला. देशाचा औद्योगिक विकास व्हावा आणि यातून सामान्य माणसाच्या जीवनाची पातळी उंचवावी हा या योजनेमागचा उद्देश होता.

वाटणीचा विचार

बसंतकुमार आणि सरलाजी यांची कल्पना होती की सर्व बिर्ला उद्योगांची मुला-नातंवडात वाटणी करावी. पण हा विचार घनश्यामदासांच्या मनाला फार वेदना देणारा होता. वरच्या पिढीची माणसं एकत्र वाढली. एका विचाराने त्यांनी धंदा वाढवला, पण आता काळ बदलला. घनश्यामदास तसे व्यवहारी होते. त्यामुळे त्यांच्या लक्षात आले की, पुढील पिढ्यातील संबंध वरकरणी प्रेमाचे असले तरी पूर्वीच्या पिढ्यांप्रमाणे त्यात स्निग्ध असे भावबंधन नव्हते. नवी पिढी म्हणजे बदलत्या जगाची प्रतीके होती आणि या बदलेल्या जगाच्या वातावणात प्रत्येकाने स्वत:ची काळजी घ्यावी, स्वत:पुरते पाहावे अशीच भावना प्रबळ होत होती. घनश्यामदासांना १९७७ साली पहिला हार्ट अॅटॅक आला. त्यामुळे आपल्या उद्योगाची वाटणी करावी असे मनात असूनही ते करू शकले नाहीत. त्यांनी इतकेच केले की, विभागणीसाठी काही मार्गदर्शक तत्त्वे ठरवून दिली. पण काही झाले तरी मार्गदर्शक तत्त्वे ही मार्गदर्शकच असतात, ती प्रत्यक्ष वाटणी असत

नाही. तसे पाहिले तर बिर्ला उद्योगसमूह हा १०/१२ देशात पसरलेला आहे. या खेरीज त्यांनी निर्माण केलेल्या शैक्षणिक, सार्वजनिक संस्था, हॉस्पिटले, देवळे, धर्मशाळा, विश्वस्तनिधी प्लॅनेटोरियम यांची लांबलचक यादी होती. देशातील सर्वांत मोठे चहाचे मळे आणि भारतातील दुसऱ्या दर्जाच्या कागद गिरण्यांचे बिर्ला मालक आहेत. मोटार उद्योगांचे सर्वात जास्त कारखाने त्यांच्याकडे आहेत आणि देशाच्या एकूण साखरेच्या उत्पादनातील फार मोठे उत्पादन त्यांच्याकडेच आहे.

घनश्यामदासांची अखेर

बसंतकुमार नेहमीच्या पद्धतीत भारतातील त्यांच्या अनेक कारखान्यांना नियमितपणे भेटी देत असत, पण या खेपेला दिल्लीला परतण्यापूर्वी त्यांना बातमी मिळाली की घनश्यामदासांची तब्येत ठीक नाही. त्यामुळे त्यांना ताबडतोब दिल्लीला परत यावे लागले. घनश्यामदास त्यावेळी लंडनला होते. तिथेच त्यांचे निधन झाले. त्यामुळे बसंतकुमार आणि सरलाजी या दोघांनी लगेच लंडनला जायचे ठरविले. बसंतकुमारांनी आपल्या आतल्या आवाजानुसार पासपोर्ट बरोबर घेतले होते. त्यामुळे त्यांना तडक लंडनला जाता आले. हा सबंध विमानप्रवास मोठ्या काळजीतच झाला. परंतु होलंडनला पोहोचण्यापूर्वीच घनश्यामदासांचे निधन झाले होते. लंडनला उतरल्यावर ते सरळ शवागारातच गेले. त्यांना अश्रुधारा आवरता आवरत नव्हत्या. घनश्यामदासांचा चेहरा जणू झोपल्यासारखाच शांत होता. आपण अनाथ झालो या भावनेने बसंतकुमार हादरून गेले होते. सरलाजींच्या दृष्टीने त्यांचा एक मोठा पितृतुल्य मार्गदर्शक, एक आधार गेला होता. या दोघांनाही असे वाटले की, आपण आता दु:खावेग आवरून आणि स्थिरचित्त राहून इतरांना आधार देण्याची वेळ आलेली आहे. घनश्यामदासांचे शव भारतात आणावे असा अनेकांचा आग्रह होता, पण आपले और्ध्वदेहिक हे आपल्याला जिथे मरण येईल तिथेच करावे अशी घनश्यामदासांची इच्छा होती. त्याचा आदर आपण करायला हवा म्हणून लंडनच्या गोल्डर्सग्रीन या स्मशानात त्यांच्यावर अंत्यसंस्कार करण्यात आले. त्यांच्या रक्षेचा कलश घेऊन बसंतकुमार भारतात आले. अनेक वृत्तपत्रांनी, चित्रवाहिन्यांनी विशेषांक काढले. ज्या माणसाने सारे आयुष्य देशाकरता वेचले, त्यांच्याविषयी साऱ्या देशाने शोक व्यक्त केला. बसंतकुमार लिहितात की ज्या ज्यावेळी मध्यरात्री फोन वाजतो त्यावेळी मनात अशुभाच्या शंकेची पाल चुकचुकते, त्यावेळीही असेच झाले, लंडनहून परतल्यानंतर असाच मध्यरात्री फोन वाजला. सरलाजींची थोरली बहीण कमला यांच्या पतीचे निधन झाले होते. त्यामुळे सरलाजी तातडीने बहिणीकडे गेल्या आणि त्यामुळे कमलाचा दु:खभार हलका झाला.

महात्मा गांधी आणि बिर्ला

३

गांधी आणि घनश्यामदास बिर्ला

गांधी आणि बिर्ला – (स्नेही आणि सल्लागार)

घनश्यामदास बिर्ला यांचा महात्मा गांधीशी संबंध आला तो १९१५ साली. दिवसेंदिवस हा व्यक्तिगत स्नेह वृद्धिंगत होत गेला. इतकेच नव्हे तर गांधी–बिर्ला या दोन्ही कुटुंबाचे संबंधही अतिशय जवळचे झाले. इतके की, ज्या ज्या वेळी महात्माजी दिल्लीला येत, त्या त्या वेळी बिर्ला यांच्या घरी (बिर्ला हाऊस) उतरत असत. या राजकीय स्नेहसंबंधाचा परिणाम घनश्यामदासांच्या राजकीय सहभागात झाला. तो लक्षात घेऊन घनश्यामदास बिर्ला यांना १९३१ साली दुसऱ्या गोलमेज परिषदेला निमंत्रित करण्यात आले, त्यानंतर त्यांना 'सर' ही पदवी द्यावी असे ब्रिटिश सरकारने सुचवले. परंतु घनश्यामदास बिर्लांनी ही पदवी स्वीकारायला नम्रपणाने नकार दिला. घनश्यामदासांची उद्योग जगतासाठी झालेली मदत लक्षात घेऊन स्वातंत्र्यानंतर भारत सरकारनेही त्यांचा गौरव करण्याचे सुचवले, परंतु याही वेळी त्यांनी असा गौरव स्वीकारायला नकार दिला.

महात्मा गांधींच्या दृष्टीने घनश्यामदास बिर्ला हे केवळ एक स्नेही नव्हते तर एक जिव्हाळ्याचे सल्लागार होते. त्यामुळे घनश्यामदास गांधीशी बोलताना ध्येयवादी दृष्टिकोनातून बोलत आणि त्या चर्चेतून राजकारणी गांधींना वगळत असत.

महात्मा गांधी आणि घनश्यामदास बिर्लांचे संबंध खूप जवळचे, स्नेहाचे होते. परंतु गांधींजींची अनेक धोरणे विशेषत: अहिंसेबाबतचे धोरण त्यांना पसंत नव्हते. त्यांनी एकदा महादेव देसाई (गांधींचे सेक्रेटरी) यांना पत्र लिहिले, 'असहकाराच्या या चळवळीत न कळत हिंसाचार येण्याचा संभव आहे असे मला वाटते. या चळवळीत अनेक चांगल्या गोष्टी नष्ट होत आहेत. महात्मा गांधींच्या चळवळीत भाग घेणाऱ्यांच्या जीवनात, गांधींचे तत्त्वज्ञान रुजले आहे की नाही याची मला शंका वाटते.'

याच काळात गांधींचे दूत म्हणून घनश्यामदास बिर्ला यांना अनेक जागतिक नेत्यांशी संबंध साधता आले. विन्स्टन चर्चिल, लॉर्ड हॅलिफॅक्स, लॉर्ड लिनलिथगो या सारख्या नेत्यांना त्यांनी गांधींचे निरोप पोहोचवले.

गांधीजींच्या चळवळीत पडल्यावर घनश्यामदासांनी १९२९ साली दिल्लीला घर करण्याचे ठरवले आणि मुलांना कोलकात्याला सोडून ते दिल्लीला आले. त्यावेळी रामेश्वरदासांना 'बाबुजी' म्हणत आणि त्यांच्या पत्नीला 'बडी माँ' म्हणत. वडिलांना मात्र 'काकोजी' म्हटले जाई.

गांधी आणि घनश्यामदास यांची मैत्री १९१५ सालापासून सुरू होते. सर्वसाधारणपणे मैत्रीच्या कोणत्याही निकषापेक्षा ही मैत्री वेगळी होती. घनश्यामदास हे गतिशील, सदैव पुढे जाणारे असे २२ वर्षांचे तरुण उद्योजक होते. याउलट बापू हे वयानं तर मोठे होतेच पण ते खादी आणि चरख्याचे पुरस्कर्ते होते आणि भांडवलशाही उद्योगाचे कट्टर विरोधक होते. बापू स्वत: खादी विणत आणि त्याचेच कपडे घालत. या मैत्रीपूर्वीच बापूंनी दिलेला, पत्नी वारल्यानंतर पुन्हा लग्न न करण्याचा सल्ला घनश्यामदासांनी मानला. त्यावेळी त्यांचे वय फक्त ४२ वर्षे होते. घनश्यामदास स्वत: काँग्रेसचे सदस्य झाले नाहीत. त्यांचा संबंध फक्त महात्मा गांधींशी आणि त्यांच्या समाजहिताच्या कार्यक्रमाशी होता.

राजकीय चळवळीतील सहभाग

सरलाजींचे वडील ब्रिजलाल बियाणी हेसुद्धा महात्मा गांधींचे सच्चे अनुयायी आणि स्वातंत्र्यसैनिक होते. सत्याग्रहाच्या चळवळीत ते तिसऱ्या क्रमांकाचे सेनापती होते. मध्यप्रदेश सरकारात काही दिवस ते अर्थमंत्रीही होते. त्यांच्या पत्नी सावित्रीदेवी यांनी आपल्या मुलांना घरचे उत्तम संस्कार दिले होते. ब्रिजलाल बियाणी हे अकोल्याचे. नागपूरच्या मॉरिस कॉलेजमधून त्यांनी पदवी घेतली आणि थेट राजकारणातच पडले. नागपूरच्या काँग्रेस अधिवेशनातच त्यांनी सत्याग्रहात भाग घेण्याचे ठरविले, त्यामुळे 'रौलेट ॲक्ट' विरोधी चळवळ आणि 'जालियनवाला बाग हत्याकांड' निषेधाच्या चळवळीत त्यांनी पुढाकार घेतला होता. बियाणी घराण्यात सामाजिक न्याय आणि माणसाच्या मूलभूत हक्कांविषयी जागरूकता असल्याने त्यांच्या या दोघी मुली म्हणजे सरला आणि कमला याही गांधीजींच्या राजकीय चळवळीत भाग घेऊ लागल्या.

१९२०च्या सुमारास महात्मा गांधींनी 'खिलाफत चळवळी'ला पाठबळ दिले. त्यावेळी त्यांच्याबरोबर ब्रिजलाल बियाणी, महम्मद अली जीना, ॲनी बेझंट हे नेते होते. महात्मा गांधींनी आपल्या दांडी मोर्चाला सुरुवात केली आणि सत्याग्रहाची चळवळ

एखाद्या वणव्यासारखी देशभर पसरली. विदर्भात बियाणी आणि वामनराव जोशी यांनी या चळवळीचे नेतृत्व केले.

आपल्या गावासाठी काही करावे म्हणून ब्रिजलाल बियाणी यांनी अकोल्याला राजस्थान भवनची इमारत बांधली, राजस्थान प्रेस सुरू केला आणि 'दै. मातृभूमी' हे वर्तमानपत्र सुरू केले.

त्या काळात स्त्री शिक्षणाची पद्धत नव्हती, मग स्त्री स्वातंत्र्य तर लांबच. महात्मा गांधींनी पहिल्या प्रथम स्त्रीमुक्तीसाठी आवाज उठवला आणि स्त्रियांना सत्याग्रहात सामील करून घेतले. या काळात कॅथरिन मेयो नावाच्या अमेरिकन लेखिकेने भारतीय संस्कृतीची निंदा करणारे एक पुस्तक 'मदर इंडिया' या नावाने लिहिले. याला उत्तर देताना गांधींनी लिहिले, 'गटार तपासणाऱ्या इन्स्पेक्टरचा हा अहवाल आहे.' या स्त्रीमुक्तीच्या चळवळीचे फलित म्हणून संमतीवयाचा कायदा मंजूर झाला आणि १४ वर्षाखालील मुलीचे लग्न करायला बंदी घालण्यात आली.

स्वदेशी चळवळ आणि शाळेची स्थापना

याच काळात सुभाषचंद्र बोस आपले परदेशातील शिक्षण संपवून भारतात परत आले. त्यांची आणि गांधींची भेट झाली. त्या वेळेला (म्हणजे बसंतकुमार यांच्या जन्माआधी) महात्माजींनी स्वातंत्र्याच्या चळवळीला सुरुवात केली. या असहकाराच्या चळवळीत सर्व भारतीय देशभक्तांनी सरकारने दिलेल्या पदव्या, बिरुदे, पदके यांचा त्याग करावा आणि सरकारने कोणत्याही स्थानिक स्वराज्य संस्थेवर नेमले असेल तर त्याचा त्याग करावा, असे आदेश महात्मा यांनी दिले. सर्वांनी ब्रिटिश न्यायालयावर बहिष्कार टाकावा व सरकारी कोर्टाऐवजी खाजगी लवाद न्यायालयाचा उपयोग करावा, असा गांधीजींचा विचार होता. गांधी म्हणाले, "सर्वांनी स्वदेशी कापड किंवा खादी वापरावी. सत्य आणि अहिंसेचा आपल्या जीवनात पूर्णपणे स्वीकार करावा." सरकारी शिक्षण संस्थांचा बहिष्कार कोलकात्यामधे खूप मोठ्या प्रमाणात यशस्वी झाला. या वेळी बंगालच्या चळवळीचे नेतृत्व देशभक्त चित्तरंजनदास आणि सुभाषचंद्र बोस यांच्याकडे होते.

गांधीशी मतभेद

१९४५ साली महात्मा गांधींनी युनायटेड प्रेसला मुलाखत देऊन असे सांगितले की, 'इंग्लंडला एक औद्योगिक शिष्टमंडळ पाठवावे अशी जी. डी. बिर्ला, टाटा आणि इतर उद्योगपतींची सूचना आहे. ही ब्रिटिश सरकारशी केलेली लाजिरवाणी तडजोड आहे असे मला वाटते.' गांधीजींच्या या निवेदनामुळे सर्वच उद्योगपती दुखावले गेले. त्यांच्या वतीने महात्मा गांधींच्या या निवेदनाला उत्तर म्हणून घनश्यामदासांनी एक

लांबलचक तार पाठवली. त्यांनी लिहिले की, 'तुम्ही जाहीरपणे या सूचनेवर टीका केली, तिला लज्जास्पद म्हटले, याबाबत आमची काय भूमिका आहे हे समजावूनही घेतले नाही. मी काय, जे. आर. डी. टाटा काय किंवा कस्तुरभाई लालभाई काय, आम्हा सर्वांना तुमचे विचार समजतात, पण त्यामुळेच आपण आमच्या हेतूबद्दल शंका घेत आहात याचे आम्हाला दुःख होत आहे. नेहमी तुम्ही सर्व बाजू ऐकल्याशिवाय मत प्रदर्शन करत नाही, मग याचवेळी ही घाई का? आमचे शिष्टमंडळ १४ तारखेला कराचीहून निघत आहे आणि तुमच्या शुभेच्छा आणि प्रार्थना आमच्याबरोबर आहेत असे आम्ही मानतो.'

एक पाऊल मागे घेऊन गांधींनी तातडीने उत्तर दिले, 'हे निवेदन देण्याची मला गरज वाटली कारण जर यदाकदाचित या प्रयत्नाला वेगळे वळण लागले, तर या बाबतीतले माझे मत स्पष्ट असावे म्हणून बोललो. तुम्ही, जे. आर. डी. टाटा, कस्तुरभाई यांचे हे खाजगी शिष्टमंडळ आहे आणि तुम्ही हे प्रयत्न करायला माझी हरकत नाही. माझी प्रार्थना आणि आशीर्वाद तुमच्याबरोबर आहेत.'

देशाच्या आर्थिक विकासाच्या बाबतीत घनश्यामदासांनी जी पावले उचलली त्याकडे बसंतकुमार स्तिमित होऊन बघत होते. घनश्यामदास आणि महात्मा गांधी यांचे संबंध जिव्हाळ्याचे आणि स्थिर होते. पण घनश्यामदासांची सरदार पटेलांशी अधिक जवळीक होती. त्यामुळे मुंबई योजना तयार करताना त्यांना पटेलांच्या सल्ल्याचा खूप फायदा झाला. जवळजवळ ५० वर्षे घनश्यामदासांनी स्वतःचा धंदा तर उभा केलाच पण स्वातंत्र्य चळवळ आणि गांधींच्या शिकवणीचा आणि तत्त्वज्ञानाचा प्रसार करण्याकरता अपरंपार पैसा खर्च केला.

नंतरच्या काळात मात्र घनश्यामदासांना आपण एकटे पडलो आहोत, असे वाटू लागले. त्यांची प्रिय पत्नी १९२६ साली वारली. आपल्या जिवलगाच्या मृत्यूनंतर माणसाला दुःख करावेसे वाटते, शोक करावासा वाटतो, शोक करणे म्हणजे आपल्या आयुष्यात निर्माण झालेल्या पोकळीचे बाह्यरूप असते. परंतु घनश्यामदासांनी प्रत्येक वेळी हा शोक किंवा पोकळी बाजूला ठेवली आणि समोरच्या राजकीय कामात मन गुंतवले, पण अलीकडे वयोमानानुसार मात्र ही पोकळी त्यांना अधिकाधिक जाणवू लागली होती. घनश्यामदासांच्या दृष्टीने त्यांच्या आयुष्यात दोन माणसांची उणीव सतत भासत होती – एक त्यांच्या पत्नी महादेवी आणि दुसरी महात्मा गांधी. या दोनही व्यक्ती शरीराने जवळ नसल्या तरी मनाने खूप जवळ होत्या आणि माणूस म्हणून या दोन्ही व्यक्ती फार वरच्या श्रेणीच्या होत्या. या दोन व्यक्तींच्या जाण्याने जगातील चांगुलपणाच संपतो की काय? अशा भावनेने घनश्यामदासांना घेरले होते.

४

बसंतकुमार : बालपणीच्या आठवणी

घनश्यामदासांना त्यांच्या तीनही मुलांपैकी बसंतकुमार हे अधिक जवळचे वाटत. ते म्हणत, 'माझी सर्वच मुले मला प्रिय आहेत, परंतु बसंत हा खऱ्याखुऱ्या अर्थाने माझा शिष्य आहे म्हणून तो मला अधिक प्रिय आहे.' बसंतकुमारांचा जन्म ४ फेब्रुवारी १९२१ रोजी बिर्ला यांच्या कोलकात्यातील रैनीपार्क या प्रासादतुल्य बंगल्यात झाला. त्या काळात राजकीय वादळाच्या दृष्टीने कोलकाता हे शहर फार महत्त्वाचे होते.

बसंतकुमार हे गोरेगोमटे आणि लहान वयापासून न्यायप्रिय होते. त्यांच्या देखभालीसाठी एक युरोपियन नर्स ठेवण्यात आली. ही माहेश्वरी समाजाच्या परंपरा आणि पद्धतीच्या विरुद्ध गोष्ट होती, परंतु बसंतकुमारांच्या आईला क्षय आहे असे निदान झाल्यामुळे या गोष्टीला फारसा विरोध झाला नाही. दुर्दैवाने बसंतकुमारांच्या आई थोड्याच दिवसात वारल्या. (१९२६)

वडिलांना रागावून लिहिलेले पत्र

बसंतकुमारांचे वडील ज्यावेळी कोलकाता सोडून दिल्लीला गेले त्यावेळी बसंतकुमारांना एकटेएकटे वाटू लागले. आपल्याला आई नाही, वडील दूर दिल्लीला, आपल्याला कुणाचाच आधार नाही असे बसंतकुमारांना फार वाटू लागले. त्यावेळी त्यांचे वय फक्त ८ वर्षांचे होते. आपल्या लहानपणीच्या आठवणी सांगताना बसंतकुमार म्हणतात, "आपले वडील सदैव आपल्याजवळ असावेत असे आम्हा मुलांना वाटत असे. आमची आई तर लहानपणीच वारली होती, आणि वडील कोलकात्याचे घर सोडून उद्योगधंद्यानिमित्त दिल्लीला राहिले होते. त्यामुळे आम्ही नेहमी अधांतरीच आहोत असे वाटे. पुष्कळदा आम्हाला वाटे की, आपण 'काकोजीं'ना म्हणजेच वडिलांना खरमरीत पत्र लिहावे. त्यांना विचारावे की, 'तुम्ही आम्हांला का सोडून जाता. उद्योग

काय सारखेच चालू राहतील, पण असे पत्र लिहायचे धाडस मात्र मला कधीच झाले नाही.'' या काळात बसंतकुमारांना ईश्वराविषयी ओढ निर्माण झाली. ही त्या घरची परंपराच होती. घरातील वडिलधाऱ्यांचा सन्मान करावा ही वृत्ती बसंतकुमार यांच्यात रुजली होती त्यामुळे काही पत्र लिहावे असे जरी मनात आले, तरी आपल्या वडिलांविषयीची आदराची भावना त्यांच्या मनातून कधीच कमी झाली नाही, तसेच त्यांच्या वडिलांचेही आपल्या धाकट्या मुलावरचे प्रेम कधीच कमी झाले नाही. मतभेद झाले तरी प्रेम कमी होत नाही हा त्या घराचा रिवाजच होता.

तरी त्यांनी धीर करून आपल्या वडिलांना एक लांबलचक पण थोडेसे रागावलेले असे पत्र लिहिले. या वेळी बसंतकुमार दहा–बारा वर्षांचे असतील. मागे वळून पाहताना बसंतकुमार म्हणतात, ''मला वडिलांच्या जवळ राहायचे होते. आई तर वारली होती आणि आम्हां आईवेगळ्या मुलांना अधांतरी सोडून वडील दिल्लीला निघून गेले होते. मला त्यांचा फार राग आला, तुम्ही आम्हांला सोडून दिल्लीला का गेलात? असे खडसावून त्यांना विचारावे असे मनात येई,'' आणि शेवटी खूप धीर करून एक पत्र वडिलांना लिहिले. या पत्रव्यवहारातून त्यांचा आपल्या वडिलांच्या विषयीचा आदर दुणावला. आई आणि वडील जवळ नसण्याच्या या काळात बसंतकुमार यांचा देवावरचा विश्वास तर वाढलाच, पण त्यांचं देवाशी एक प्रकारचे सख्य निर्माण झाले.

आपल्या या रागावलेल्या मुलाला घनश्यामदासांनी जे उत्तर दिले ते असे, 'प्रिय बसंत, तुझे लांबलचक पत्र मिळाले. तू मोकळेपणाने लिहिलेस हे मला आवडले. खरे म्हणजे जीवन आणि मरण या दोनही गोष्टी मानवी जीवनाचा अपरिहार्य भाग आहेत. आपण त्याचा उगीचच बाऊ करतो. तसे पाहिले तर प्रत्येक माणूस दर क्षणी बदलत असतो. आपण जसे काल होतो तसे आज असत नाही, याला जर आपण मरण असे म्हटले, तर प्रत्येक क्षणी आपण नवीन जन्म घेत असतो. तसे पाहिले तर माणसाचा आत्मा अमर आहे. शरीर नाशवंत आहे. तुझ्या आईने आपले आजारी शरीर टाकून दिले याचा अर्थ ती वारली असे नाही. आपण कपडे बदलतो तसे शरीर बदलतो. पण आपल्या देहातील चैतन्य अमर असते. एका अर्थाने तिचे मरण हा ईश्वरी आशीर्वाद होता, म्हणून मरण ही काही भयंकर गोष्ट आहे असे तू मानू नकोस. आपण नव्वद क्षण जगलो काय किंवा नव्वद वर्षे जगलो काय याची चिंता आपण करू नये. ज्यावेळी पृथ्वीवरच्या पाण्याची वाफ होऊन जाते ते एक प्रकारचे त्याचे मरणच असते, परंतु विज्ञानाच्या दृष्टीने पाण्याचे ढग होतात आणि पावसाच्या रूपाने पुन्हा ते आपल्याकडे येत असतात. मानवी जीवनातही नेमके हेच घडत असते. म्हणून आईच्या निधनाचा खरा अर्थ समजून घे. आपण जगतो ते कशाकरता? आपल्या सभोवतालच्या जगाला

उपयोगी पडावे म्हणून. खरे तर हेच आपल्या जीवनाचे ध्येय असावे, याहून वेगळी इच्छा काय असणार? तुझा शुभेच्छुक काकोजी.'

घरचे शिक्षण

बिर्ला कुटुंब आणि महात्मा गांधी यांचे इतके जवळचे संबंध होते की, गांधी विचारांचा आणि संस्कारांचा सर्व बिर्ला मुलांवर खोल ठसा उमटला होता. इतकी सुबत्ता असूनही थोरल्या मुलाचे कपडे धाकट्या मुलाला द्यायची पद्धत होती. राहणी साधी असावी आणि उद्योगात कितीही पैसे मिळाले तरी काटकसरीने राहावे, अशीच घरातील शिकवण होती. प्रत्येक मुलाला हात खर्चाला म्हणून दर महिन्याला ५ रुपये मिळत. त्यातूनच प्रत्येक मुलाने आपल्याला लागणारी वह्या, पुस्तके, पेन्सिली आणाव्यात अशी पद्धत होती.

आई गेल्यानंतर बसंतकुमारांच्या बहिणींना मुंबईला नातलगांकडे पाठवण्यात आले. दरवर्षी मसुरीला घरचे सर्व लोक एकत्र येत, त्यावेळी खेळात आणि एकमेकांच्या संगतीत सुट्टी घालवली जायची. मसुरीच्या सफरीच्या खूप सुंदर आठवणी बसंतकुमारांच्या मनात घर करून आहेत.

घनश्यामदास यांनी आपल्या पत्नीच्या आजारपणात एका पंडित शिक्षकाची नेमणूक केली होती. त्यांचे नाव उदित मिश्रा. बिर्ला कुटुंबातील मुलांवर संस्कार करणे आणि त्यांना उत्तम शिक्षण देणे. या पंडितांचे काम असे होते. पंडित मिश्रांची निवड ही खूप काटेकोर पद्धतीने आणि विचार करून केली गेली होती.

मुलांच्या इंग्लिश शिक्षिका सौ. बर्ग या मुलांना इंग्रजी शिकवत. त्यांचे शिकवणे खूपच परिणामकारक असे. मुलांनी शाळेतल्या विषयावर लक्ष एकाग्र करावे आणि आधुनिक विचार आणि विज्ञान आत्मसात करावेत असा सौ. बर्ग यांचा आग्रह असे. प्रत्येक इंग्रजी शब्दाचा उच्चार स्वच्छ आणि चांगला व्हावा यावर त्यांचा भर होता. बिर्ला कुटुंबातील माणसे अतिशय चांगले इंग्रजी बोलू शकतात याचे मूळ कारण म्हणजे बर्ग बाईंचे शिकवणे हेच होते. घनश्यामदास किंवा इतर घरातील इतर वडील माणसे शिक्षकांच्या कामात कधीच ढवळाढवळ करीत नसत. भारतीय परंपरेप्रमाणे आई, वडील आणि गुरूजनांना परमेश्वर स्वरूप मानण्याची शिकवण घरात दिली गेली होती.

महात्मा गांधींचा ६० वा वाढदिवस २ ऑक्टोबर १९२९ ला होता. गांधीच्या विचारांचा पगडा सगळ्या बिर्ला कुटुंबावरच होता. आठ वर्षाच्या बसंतकुमारांनी स्वत: चरख्यावर खादी विणली आणि एक यार्ड कापड विणून गांधींना पाठवले. दुसऱ्या दिवशी गांधीजींकडून बसंतकुमारांना उत्तर आले, 'चि. बसंतकुमार यांस अनेक आशीर्वाद. आज मला तुझे पत्र आणि तू विणलेली खादी मिळाली. माझे तुला इतकेच सांगणे आहे की, तू आता सूत कातायला सुरुवात केली आहेस तर आता त्याच्याकडे

एक नित्याचे यज्ञकर्म म्हणून पाहावे. आपल्या देशातील गरिब आणि दलित बंधू-भगिनी ही ईश्वराचीच रूपे आहेत हे लक्षात ठेव. सूत कताईतून त्यांना नवजीवन मिळेल अशी मी आशा करतो. आशीर्वादपूर्वक आपला बापू.'

देशभक्तीची शाळा

१९३१ साली घनश्यामदासांनी ठरवले, की आपल्या मुलांनी चांगल्या शाळेत जावे. कोलकात्याला त्यावेळी दोन मिशनरी शाळा होत्या. तेथील शिक्षणाचा दर्जा निकृष्ट होता. त्यावेळी देशात जी स्वदेशीची वावटळ होती त्यात सर्व परदेशी वस्तूंवर, परदेशी शिक्षणावर बहिष्कार घालावा हा स्वदेशी चळवळीचा महामंत्र होता. त्यामुळे बसंतकुमारांना मिशनरी शाळेत न घालता हरेस्कूल नावाच्या शाळेत घातले. ही शाळा डेव्हिड हर या नावाच्या स्कॉटिश माणसाने स्थापन केली होती. त्यांच्या बरोबर बंगालचे सर्वश्रेष्ठ समाजसुधारक राममोहन रॉय हे होते.

त्या काळात कोलकात्यात पुष्कळशी कॉन्व्हेंट स्कूल्स होती आणि महात्मा गांधींच्या स्वदेशी चळवळीचा भाग म्हणून स्वदेशी शिक्षणाची चळवळ सुरू झाली होती. घनश्यामदासांच्या मनात येई की, आपल्या मुलांना कॉन्व्हेंट स्कूलमध्ये घालण्याऐवजी आपण भारतीय पद्धतीचे शिक्षण देणारी शाळा का काढू नये. या विचारांनी प्रवृत्त होऊन त्यांनी मग कोलकात्यात शिक्षणासाठी एक स्वतंत्र विश्वस्तनिधी उभारला. यासाठी दोन हजार कोटी रुपये बाजूला काढले. याचे व्याजच दरवर्षी १५ कोटी रुपये येत असे. यातून शाळेचा सर्व व्यवहार चालवला जाई. शाळेच्या शिक्षकांचा आणि शिक्षणाचा दर्जा उत्कृष्ट असावा यासाठी ही धडपड होती.

ज्यावेळी बसंतकुमारांनी नव्या शाळेत पाय ठेवला त्यावेळी देशभक्तीचे वारे साऱ्या देशभर वाहत होते. भारतीय ध्वजाचा ठराव कराचीच्या परिषदेत संमत झाला. आंध्रप्रदेशचे कलाकार पिंगळी व्यंकय्या यांनी तयार केलेले तिरंगी ध्वजाचे रूप मान्य करण्यात आले. दुसऱ्या महायुद्धाच्या काळात याच ध्वजाचा उपयोग स्वतंत्र भारतासाठी केला गेला. ज्यावेळी बसंतकुमार आणि त्यांचे भाऊ शाळेत आले, त्यावेळी ते ब्रिटिश पद्धतीच्या अर्ध्या चड्ड्या, अर्ध्या बाह्यांचे शर्ट आणि टेनिस शूज घालत असत. वर्गातली इतर मुले धोतर आणि कुर्ता घालून येत असत. त्यामुळे बिर्ला बंधुंना आपल्या ब्रिटिश कपड्यांची लाज वाटली आणि त्यांनी त्यांचे कपडे बदलले. बिर्ला बंधू हे अभ्यासात सर्वात प्रथम असत. वार्षिक परीक्षेत त्यांना डिस्टिंक्शन मिळत असे. अंकगणित हा बसंतकुमारांच्या आवडीचा विषय होता. आकड्याची बेरीज, वजाबाकी, भागाकार

यांचे ते जादूगार होते. बरीचशी गणिते ते मनातल्या मनात सोडवून त्याची उत्तरे बरोबर सांगत असत.

कदाचित् आई नसल्यामुळे असेल पण बसंतकुमारांना आपल्या अंत:करणातील भावभावना व खळबळ आपल्या दैनंदिनीत लिहिण्याची सवय लागली असावी. या डायरी लिहिण्याच्या सवयीमुळे त्यांना उत्तरायुष्यात रोजच्या रोज आलेले यशापयश किंवा झालेल्या चुका, सुचलेल्या विकासाच्या नवीन कल्पना सारे काही ताडून पाहण्याची सवय लागली. बसंतकुमार आपल्या मनाचा आणि भावनेचा सारा ओघ आपल्या डायरीत ओतत असत. रोजच्या रोज डायरी लिहिल्याने आपले शाळेतील काम सुधारते असा त्यांचा अनुभव होता आणि हीच पद्धत चालू ठेवल्याने आपल्याला उद्योगातही यश मिळते असे ते म्हणत. तसेच रोजच्या रोज आपण काय साधले आणि काय गमावले हे लक्षात आल्याने आपण नवनिर्मितीचा विचार करतो आणि रोज येणाऱ्या आनंदाचा आणि निराशेचा समतोल साधला जातो. बसंतकुमारांच्या मनावर हे बिंबवले गेले होते की, धंद्यात नफा होणे व उद्योगात चांगले सहकार्य मिळणे ही ईश्वराचीच कृपा असते.

कोलकात्याच्या घरात थोरल्या काकांचे म्हणजे 'चाचूजी' यांचे राज्य होते. ते फार कडक शिस्तीचे होते. बसंतकुमारांना शाळेत सोडायला आणि घरी न्यायला गाडी येत असे. एके दिवशी गाडी वेळेवर आली नाही म्हणून बसंतकुमार मस्त मजेत बसमध्ये चढले आणि घरी आले. चाचूजी खूप रागावले आणि म्हणाले, 'बसने येण्यापेक्षा फोन करून गाडी बोलवायची होतीस.' चाचूजींच्या राज्यात मुले आणि मुली यांच्यात चांगलाच भेदभाव केला जाई. प्राथमिक शिक्षणापलीकडे मुलींनी शिकू नये असे त्यांचे मत होते. चांगले नवरे शोधून देऊन त्यांनी त्यांचे संसार चांगले करावेत एवढीच चाचूजींची अपेक्षा असे. बसंतकुमारांची धाकटी बहीण शांती हिने एकदा लग्नापूर्वी शिक्षण पूर्ण करावे असा आग्रह धरला तर चाचूजी म्हणाले, 'शाळेच्या परीक्षेपेक्षा संसारात रोज जी परीक्षा द्यावी लागते, त्याची तयारी करा.' त्यामुळे कोणत्याच मुलींनी परत हा विषय कधी काढलाच नाही.

याच काळात बसंतकुमारांनी आपल्या डायरीत लिहिले, 'माझ्यात काही कमी असेल, तर ते म्हणजे खेळातील प्राविण्य. ते मिळवण्यासाठी मला अभ्यासाबरोबर मैदानी खेळाचा विचार केला पाहिजे.' बसंतकुमारांच्या मनात आपण ग्रॅज्युएट होण्यासाठी बी.एसस्सी.पर्यंत शिकावे असे होते. मात्र त्यांच्या वडिलांना वाटले की इंटरसायन्सपर्यंतचा अभ्यास पुरेसा आहे त्यामुळे त्यांनी आता उद्योगात यावे. वयाच्या १५ व्या वर्षीच बसंतकुमारांनी उद्योगधंद्यात पाउल टाकले आणि त्यांचा नवीन आयुष्यक्रम सुरू झाला.

बसंतकुमारांचे आजोबा शिवनारायण यांच्याप्रमाणे आपणही स्वतंत्र धंदा उभारावा, प्रचंड यश मिळवावे ही भावना त्यांच्या मनात इतकी दृढ झाली होती की, काही आठवडे केसोराम उद्योगात काम केल्यावर आणि भारत शुगर मिलचा ताबा घेतल्यानंतर बसंतकुमारांनी स्वत:चा उद्योग निर्माण केला तो म्हणजे 'कुमार केमिकल्स.'

वडिलांशी मतभेद

एकदा मात्र असा प्रसंग आला. ज्यावेळी बसंतकुमार १७-१८ वर्षांचे होते आणि आपल्या उद्योगाचे व्यवहार त्यांनी बघायला सुरुवात केलेली होती, त्यांच्या वडिलांच्या केसोराम उद्योग समुहात त्यांनी आपल्या शिकावू कामाला सुरुवात केली त्यावेळी बसंतकुमार यांनी तयार केलेल्या एका ताळेबंदात त्यांच्या वडिलांनी म्हणजे घनश्यामदास बिर्ला यांनी एक चूक काढली आणि त्यांनी रागावून आपल्या मुलाला आडवे-तिडवे बोलायला सुरुवात केली. बसंतकुमार नरमाईने म्हणाले, "काकोजी, मी काय म्हणतो ते तुम्ही जर ऐकून आणि समजावून घ्याल, तरच मला पुढे काम करता येईल, हे नको असेल आणि तुम्हाला जर माझे म्हणणे समजून घ्यायचेच नसेल तर तुम्ही जे सांगाल ते मी आंधळेपणाने आचरणात आणेन. बस म्हणाल तर बसेन आणि उठ म्हणाल तर उठेन." या प्रत्युत्तरानंतर मात्र घनश्यामदासांनी थोडीशी माघार घेतली. ते शांत झाले आणि मुलाला म्हणाले, "आता मला सांग की, तुझ्या दृष्टीने काय बरोबर आहे?" बसंतकुमारांनी तपशिलाने सर्व समजावून सांगितले आणि त्यांनी ज्या पद्धतीने हिशेब लिहिला होता तो समजावून सांगितला. यानंतर घनश्यामदास यांच्या असे लक्षात आले की, मुलगा बरोबर आहे आणि आपण कुठे तरी चुकत आहोत. त्यांनी मोठ्या मनाने ही चूक कबूल केली, ते कसंनुसं हसले आणि काम परत सुरू झाले. घनश्यामदासांनी ज्या नम्रतेने आपली चूक कबूल केली त्या घटनेचा खूप खोलवर परिणाम बसंतकुमार यांच्यावर झाला. आजही बसंतकुमार आपल्या वडिलांविषयी बोलताना डोळ्यात पाणी आणून सांगतात की, 'वडिलांमुळेच मी घडलो आहे.' बसंतकुमारांना नेहमी असे वाटे की, वडिलांचे मुख्य काम आपल्या मुलांना ईश्वराच्या सान्निध्याची जाणीव करून देणे, हे आहे. यासाठी प्रत्येक बापाला स्वयंशिस्तीची, शांतपणाची आणि आपल्या मुलांना समजून घेण्याची विद्या अवगत असावी लागते आणि प्रत्येक मुलाला आपले वडील हे परमेश्वराचे प्रतीक आणि आपण आयुष्याच्या वेड्यावाकड्या वाटा चालतानाचे दिशादर्शक किंवा समुद्रातील दीपगृह असावे असे भासायला हवे. नेमके हेच नाते बसंतकुमार आणि घनश्यामदास यांच्यात होते.

परदेश प्रवास

कॉलेजचे शिक्षण घेत असतानाच बसंतकुमार आणि त्यांचे भाऊ यांना ब्रह्मदेश, मलेशिया, सिंगापूर आणि इंडोनेशिया या देशांचा दौरा करण्याची संधी मिळाली. 'हा परदेश प्रवासाचा अनुभव म्हणजे फार काळ विहिरीत राहणाऱ्या बेडकाला समुद्रात जाण्यासारखा होता' असे बसंतकुमारांनी आपल्या डायरीत लिहून ठेवले आहे. या परदेश दौऱ्याहून परत आल्यावर बसंतकुमारांचे व्यक्तिमत्त्व संपूर्णपणे बदलून गेले. डोळ्याला झापडं लावून वडिलोपार्जित उद्योगात रमण्यापेक्षा स्वतंत्रपणाने काही तरी करावे, असा आत्मविश्वास त्यांच्यात जागा झाला. घनश्यामदास बिर्ला महात्मा गांधींना मार्गदर्शक मानत आणि बसंतकुमारांनीही आपल्या वडिलांना पितृदेव आणि गुरुदेव मानून त्यांच्या मार्गदर्शनाचा पुरेपूर उपयोग करून घेतला.

बसंतकुमारांचा चुलतभाऊ चेन्नईला कॅन्सरने आजारी होता. त्याच्या ऑपरेशनपूर्वी चेन्नईला पोहचावे म्हणून बसंतकुमारांनी सकाळचे विमान पकडायचे ठरविले. बसंतकुमार आणि सरलाजी विमानतळावर आले, पण फ्लाईट उशीरा आहे असे म्हणता म्हणता रात्री १२।। वाजता विमान सुटेल असे सांगण्यात आले. रात्रीच्या विमानाने प्रवास करायचा नाही असा घरचा दंडक होता. ऑपरेशनपूर्वी तर चेन्नईला पोहचले पाहिजे, मग रोजच्या नियमाने रात्री वडील फोन करतील तेव्हा त्यांना काय सांगायचे हा मोठा प्रश्न पडला. खोटे बोलणे तर शक्य नाही आणि खरं सांगणंही शक्य नाही. यातून बसंतकुमारांनी मार्ग काढला, की त्यांनी आपला फोनच बंद करून ठेवला. पहाटे चुलत भावाचे कुटुंबीय हॉस्पिटलला पोहचण्यापूर्वीच हे दोघं तिथं हजर झाले होते. ऑपरेशन झाल्यावर त्यांनी कोलकात्याला जाण्याची परतीची फ्लाईट पकडली. पण त्या दोघांच्या मनात आजही या विषयीचा सल कायम राहिली, की आपण वडिलांना खोटे जरी सांगितले नाही तरी खरे सांगायला नको म्हणून आपण फोन बंद ठेवला होता.

चाचूजींच्या कडक शिस्तीत वाढलेल्या बसंतकुमारांना ज्यावेळी वडिलांनी म्हणजे घनश्यामदासांनी 'तू अभ्यास सोडून उद्योगात ये' असे सांगून दिल्लीला बोलावले, त्यावेळी बसंतकुमारांना विलक्षण आनंद झाला. आज प्रथम त्यांना काही तरी करून दाखवायची संधी मिळाली होती. कामाला सुरुवात करतानाच घनश्यामदासांनी चार नियम सांगितले – १) रोजच्या हिशेबावर उत्तम पकड असली पाहिजे. २) पार्थ पद्धतीने (या पद्धतीने हिशोब ठेवणे हे फक्त बिर्ला कुटुंबात असून, ती त्यांची खासियत आहे.) रोजच्या रोज नफा–तोटा याचा ताळेबंद पाहिला पाहिजे. ३) उद्योगाची वाढ करताना सावकाश आणि काळजीपूर्वक करायला हवी. ४) आपल्या समाजाने आपल्यावर जो विश्वास टाकला त्याची सदैव जाण ठेवून आपण या कीर्तीला डाग न लागेल असा व्यवहार केला पाहिजे.

५

सरला बियाणी - बिर्ला

सरलाजींना वडील आठवतात ते पांढऱ्या शुभ्र खादीच्या कपड्यात असणारे आणि गांधी टोपी घालणारे त्यांचे वडील श्री. ब्रिजलाल बियाणी. त्यांच्या वागण्यातील सहजता, आत्मविश्वासावर आधारलेला स्वभाव याचा ठसा सरलाजींच्या मनावर आहे. आजसुद्धा चेहेऱ्यावरील विनम्र हास्य असणारी वडिलांची मूर्ती सरलाजींच्या डोळ्यापुढे येते. घरात नेहमीच राजकीय वर्दळ असे. विषय कोणताही असला तरी, ब्रिजलाल बियाणी यांच्या बोलण्यात देशप्रेमाचा एक झरा सदैव दिसत असे. त्यामुळे देशभक्ती हा त्यांच्या आयुष्याला स्थैर्य देणारा असा मोठा गुण, सरलाजींच्यात उतरला. मुलगा-मुलगी यांच्यात भेदभाव करू नये हेही सरलाजी महात्मा गांधीजींकडूनच शिकल्या. सरलाजींचे शिक्षण मराठीत झाले. शाळेच्या अभ्यासात आणि खेळात त्या सदैव पुढे असत. इतकेच नव्हे तर वऱ्हाड प्रांताच्या खो-खो टीममध्ये चॅम्पियन म्हणूनही त्यांचा समावेश होता. त्या बॅडमिंटनही उत्तम खेळत.

कमला आणि सरला या दोन्ही बहिणी शिकायला पुण्यात फर्ग्युसन कॉलेजमध्ये आल्या. त्या काळात मारवाडी समाजातील मुलींनी होस्टेलवर राहणे समाजमान्य नव्हते. पण स्वातंत्र्य चळवळीतील बियाणी घराला अशा बंधनांची सवय नव्हती. सरलाजी इंटरच्या वर्गात होत्या त्यावेळी त्यांच्या आयुष्यात बसंतकुमारांचा प्रवेश झाला.

विश्वासार्हता महत्त्वाची

बसंतकुमार आणि सरलादेवी या दोघांनाही आपली विश्वासार्हता (इंटेग्रिटी) ही अत्यंत महत्त्वाची वाटते आणि कोणत्याही कारणाकरता सत्याला ओढून ताणून दुसऱ्या स्वरूपात मांडू नये, असा त्यांचा आग्रह असतो. १९५५ साली असाच एक अवघड प्रसंग आला. दोन चहाचे मळे विकण्यासाठी लिलावात आले होते. बसंतकुमार आणि

त्यांचे मित्र सूरज मोहता यांनी या लिलावात बोली मांडायची असे ठरवले, पण त्यांची इच्छा अशी की आपण यात भाग घेतो आहोत हे गुप्त राहावे. न जाणो ही गोष्ट जाहीर झाली तर ते मळे विकत घेण्याचा प्रस्तावच बारगळला जाईल. पण झाले काय की लिलावाच्याच दिवशी बसंतकुमारांना त्यांचे वडील भेटले. सहज संभाषणात लिलावाचा विषय निघाला. वडिलांना काय सांगावे याचा फारसा विचार करण्यापूर्वीच त्यांच्या तोंडून शब्द गेला, 'नाही हो, मला त्या लिलावात भाग घेण्यात इंटरेस्ट नाही.' पण प्रत्यक्षात घडले असे की, लिलावाच्या वेळी त्यांनी आपली बोली सांगितली आणि दोन मळ्यांपैकी एक बसंतकुमारांना आणि एक मळा मोहतांना मिळाला.

ज्यावेळी ही गोष्ट घनश्यामदासांना कळली तेव्हा त्यांना खूप राग आला. आपल्या मुलाने आपल्याशी खोटे बोलावे याचे त्यांना फार दु:ख झाले. या प्रकरणाचा बसंतकुमारांना इतका मनस्ताप झाला की, ते बनारसला आपल्या आजोबांकडे गेले व त्यांच्यापाशी आपला अपराध मोकळेपणाने सांगितला. आजोबा म्हणाले, 'तुझ्या वडिलांचा राग स्वाभाविक आहे. तुझे वडील जसे रागावतात तसे नंतर शांतही होतात. तू चहाचा मळा घेऊन घरात लक्ष्मी आणली आहेस तेव्हा आता फारसे दु:ख न करता पुढचा विचार कर.'

ही विश्वासार्हतेची जाणीव आणि प्रामाणिकपणा यामुळे बसंतकुमार हे इतर उद्योगपतींच्यापेक्षा वेगळे वाटतात.

बसंतकुमारांशी लग्न

ज्यावेळी बसंतकुमारांच्या लग्नाचा विषय घरात निघाला त्यावेळी वेगवेगळ्या घरातील मुलींचा शोध सुरू झाला. मोठा धीर करून बसंतकुमार वडिलांना म्हणाले की, ''ज्या मुलीशी माझे लग्न व्हायचे आहे ती शिकलेली आणि उत्तम इंग्रजी बोलणारी असावी.'' घरच्या वडिलधाऱ्या मंडळींना हा आपला निर्णय सांगताना बसंतकुमारांचे पाय कापत होते. घनश्यामदास बिर्लांनी हे म्हणणे ऐकल्यावर त्यांनी हातातील काम बाजूला ठेवून बसंतकुमारांकडे रोखून पाहिले. आपला मुलगा आता मोठा झाला याची जाणीव झाल्याचे त्यांच्या चेहऱ्यावर भाव होते. आता वडील आपल्याला काय म्हणतील या भीतीने बसंतकुमारांनी तिथून पळून जाण्याचा विचार केला पण क्षणभरच! पण नंतर त्यांच्या लक्षात आले, की आपल्या वडिलांनी आपल्या बहिणींनाही प्राथमिक शिक्षणापलीकडे जास्त शिक्षण दिलेले नाही. परदेश दौऱ्याहून आल्यामुळे बसंतकुमारांना वाटले की आता आपण बदललेला माणूस आहोत, तेव्हा पुन्हा सर्व धैर्य गोळा करून ते म्हणाले, 'काकोजी, माझ्या लग्नाचा विचार असेल तर आपण माझी इच्छा लक्षात

घ्यावी. माझी इच्छा अशी की, मला शिकलेलीच बायको हवी.' काहीही बोलण्याआधी वडिलांनी मुलाकडे शांतपणे पाहिले. त्या रात्री आपल्या दैनंदिनीत बसंतकुमारांनी लिहिले, 'माझ्या वडिलांनी मला वैवाहिक अपेक्षांबद्दल सल्ला दिला. ते म्हणाले, ''मुलीचे रूप हा महत्त्वाचा घटक नसावा तर मुलीचे कुटुंब, तिचे संस्कार, तिचा स्वभाव, तिचे शिक्षण आणि तिची बुद्धिमत्ता यांचा विचार प्रकर्षाने केला जावा.'' बसंतकुमार सांगतात की 'माझे वडील, काका, साऱ्यांना आंतरजातीय विवाह नको आहे, पण माझे मत तसे नाही. मुलगी आधुनिक असावी, सुशिक्षित असावी पण शक्यतो गुजराथी कुटुंबातील असावी.' घनश्यामदासांचे बसंतकुमारांवर फार प्रेम होते. त्यामुळे त्यांनी आपल्या सर्व मित्रांना सांगितले की अशा तऱ्हेची सुशिक्षित मुलगी पाहा. तेव्हा कुणीतरी त्यांना अकोल्याच्या ब्रिजलाल बियाणी यांची मुलगी सरला हिचे नाव सुचविले. ज्यावेळी त्यांना कळले, की ही मुलगी होस्टेलमधे राहते. त्यावेळी त्यांच्या मनात विचार आला की, ही मुलगी फार आधुनिक तर असणार नाही ना? आणि तिला आपल्या घरात सामावून घेतले जाईल ना?' ही मुलगी हुषार आहे, खेळण्यातही हुषार आहे हे ऐकल्यावर तिच्या बाजूने सर्वांचा होकार दिसू लागला. तोपर्यंत सरलाजींना बसंतकुमारांनी पाहिले नव्हते. त्यांना फक्त सुशिक्षित मुलगी हवी होती, त्यामुळे पैसे, मुलीचे रूप ह्या गोष्टी त्यांच्या दृष्टीने नगण्य होत्या.

बियाणींची मुलगी सर्व दृष्टीने योग्य वाटते असे सर्वांचे मत पडले, म्हणून दोनही घरच्या लोकांना माहीत असलेल्या एका नातलगाच्या लग्नात तिला मुंबईला बोलावले. तिला कल्पना होती की, हा एक प्रकारे मुलगी बघण्याचाच समारंभ आहे. मनात भीती मात्र नव्हती. यावेळी ब्रिजलाल बियाणी तुरुंगात होते. त्यामुळे सरलाच्या मनात थोडा संभ्रम होता. पण ब्रिजलाल बियाणींनी तिला तुरुंगातून निरोप पाठवला, की 'तू जरूर मुंबईला जा.' सरलाची थोरली बहीण कमला हिचे लग्न ठरले नव्हते. त्यामुळे तिला काय वाटेल याचीही काळजी सरलाजींना होती, पण कमलाच्या मनात कसलीही शंका नव्हती. ना राग, ना मत्सर. या दोघी बहिणीत लहानपणापासूनच कमालीचा स्नेहभाव होता. मुंबईला माऊंट प्लेझंट रोडवरच्या बिर्लांच्या घरात ती पोहचली. बसंतकुमारांनी तिला एकदाच पाहिले आणि त्यांच्या मनाची खात्री झाली, की जीवनात आपल्याला जोडीदार पाहिजे तो असाच. सरलाचा सरळ स्वभाव आणि साधी वागणूक यामुळे ती सर्वांनाच पसंत पडली. एकापरीने तिथे आपली परीक्षा चालली आहे याची जाणीव तिला होती, पण तिची खरी अडचण ही होती की, प्रस्तावित नवरा मुलगा कोण? हेच तिला कळले नव्हते. खोलीच्या एका कोपऱ्यात काही तरुण मुलांचा घोळका होता यात बसंतकुमार कोण हे काही तिला कळले नाही. त्यामुळे सरला पुण्याला परत आली,

पण नक्की नवरा मुलगा कोण? हेच माहीत नव्हते. इकडे बसंतकुमारांनी आपल्या वडिलांना सांगितले, 'मला मुलगी पसंत आहे.' लगोलग घनश्यामदास बिर्ला यांनी वर्ध्याला जमनालाल बजाज यांच्यामार्फत सरलाकडे निरोप धाडला आणि कळवले की बसंतकुमारांना सरला पसंत आहे. पण गंमत अशी की बियाणींकडून काहीच प्रतिसाद न आल्याने बिर्ला कुटुंबीय जरा गोंधळातच पडले. बिर्ला आणि बियाणी यांचे समान मित्र म्हणजे महात्मा गांधी. त्यांनाही हा विवाह संबंध जुळून यावा असेच वाटत होते. बियाणी कुटुंब हे प्रगतिशील आणि सुधारक विचाराचे आहे याची कल्पना गांधींना होती. त्यामुळे मुलींचे शिक्षण आणि स्त्रीमुक्ती याबद्दल मुलीचे विचार पक्के होते, याउलट बिर्लांचे कुटुंब हे पारंपरिक. एका अर्थाने सनातनीच. त्यामुळे ज्यावेळी बिर्लांकडून गांधींना असे सांगण्यात आले की, लग्नाच्या बाबतीत बियाणी मूग गिळून आहेत, त्या वेळी गांधींनी एक निर्णय घेतला आणि सरलालाच सेवाग्राम येथे बोलावण्याचे ठरले.

सासऱ्यांची भेट

सरलाला घनश्यामदास बिर्ला यांची पहिली भेट चांगलीच आठवते. ज्यावेळी लग्न ठरवायची भाषा सुरू झाली त्यावेळी सरला कॉलेजमध्ये शिकत होती आणि तिचे वडील तुरुंगात होते. पण वडिलांनी सांगितल्यामुळेच ती मुंबईला नातलगांकडे लग्नास गेली आणि बसंतकुमारांनी तिथेच तिला पसंत केले. सेवाग्रामच्या भेटीबद्दल बोलताना सरलाजी म्हणतात, सप्टेंबरमध्ये मला सेवाग्रामला बोलावले. त्यावेळी तेथे बापूंच्या छोट्या झोपडीत मी, बापू आणि काकोजी म्हणजे घनश्यामदास बिर्ला होते. काकोजी मला म्हणाले, 'तुझे शिक्षण थांबेल अशी भीती जर तुझ्या मनात असेल तर काढून टाक. लग्न झाल्यावरही तुला शिकता येईल.' मला थोडे आश्चर्य वाटले, कारण अजून लग्नाचा निश्चय झाला नव्हता तोवर पुढे शिक्षणाचे बोलणे काकोजी करत होते. शेवटी सारे बळ एकवटून मी काकोजींना म्हणाले, 'अहो, अजून मी मुलगा कोण हेच पाहिले नाही आणि त्याला पाहिल्याशिवाय मी लग्नाला संमती कशी देऊ?' यावेळी बापूजी म्हणाले, 'घनश्यामदासजी तुम्ही माझे ऐका, ही मुलगी काय म्हणते ते बरोबर आहे. मुलगा पाहिल्याशिवाय ती होय कसे म्हणणार? ज्याच्याबरोबर सारे आयुष्य काढायचे आहे तो मुलगा तर बघायला हवा.' घनश्यामदास थोडेसे गोंधळले. त्यांनी सरलाला विचारले, 'अगं, तू शांतीच्या लग्नात मुंबईला आली होतीस ना? त्यावेळी तू त्याला पाहिले नाहीस?' सरलाने उत्तर दिले, 'नाही हो! त्यावेळी तिथे बरीच तरुण मुले होती, त्यातला लग्नाचा मुलगा कोण हे कोणीच मला सांगितले नाही.' घनश्यामदास बिर्ला यांच्या स्वभावाची उदारता अशी की ते लगेच म्हणाले, 'तू काळजी करू नकोस. मी

बसंतकुमारला येथे पाठवतो. तूही इथेच थांब. तुम्ही दोघे इथे भेटा.' या दोन महापुरुषांपुढे मी काय बोलणार? तरीही धिटुकलेपणाने मी म्हणाले, 'अहो, मी कॉलेज बुडवून इथे आले आहे. आता फक्त मी सुट्टीच्या काळात येऊ शकेन.' घनश्यामदास म्हणाले, 'मुली, तुझी सुट्टी कधी सुरू होते?' मी म्हणाले, 'नोव्हेंबर ६ला सुट्टी सुरू होते आणि त्याच वेळी माझे वडीलही तुरुंगातून सुटतील.' हे ऐकताच घनश्यामदास म्हणाले, 'बापू, सरला आणि बसंतकुमार तुमच्याकडेच येतील. त्यांना भेटू दे, त्यांचा त्यांनाच निर्णय घेऊ दे.' यानंतर काकोजींनी मला स्टेशनवर सोडले आणि मी पुण्याला वसतीगृहात परत आले.''

वर्ध्याला जावे कां न जावे

राजकारणाच्या गदारोळातसुद्धा नोव्हेंबरमधल्या आमच्या प्रस्तावित भेटीची आठवण गांधींना होती. त्यांनी ताबडतोब जमनालाल बजाज यांना सांगून आमच्या भेटीची व्यवस्था केली. जमनालाल बजाज यांनी बसंतकुमारांना कोलकात्याला तार करून ताबडतोब वर्ध्याला या असा निरोप दिला. बसंतकुमार या निरोपाने अस्वस्थ झाले. त्यांच्या काकांनी त्यांना 'जा' असे म्हटले होते, पण त्यांचे वडील बाहेर गावी होते. त्यावेळी आपल्या मनाची अस्वस्थता काय होती हे सांगताना बसंतकुमार म्हणाले, 'जावे का न जावे हा प्रश्न होता. कारण मी वर्ध्याला जाणे शहाणपणाचे ठरेल का? कोलकात्यातील मारवाडी समाजाला हे कळले तर त्यांना आश्चर्य वाटेल का राग येईल? मुलाने मुलीच्या सांगण्यावरून वर्ध्याला जावे का? जर यदाकदाचित् हे लग्न ठरले नाही तर केवढी मानहानी होईल? किती थट्टा होईल? ही भेट कोलकाता किंवा मुंबई येथे झाली असती तर किती बरं झालं असतं' पण त्यांच्या मनात सरलाबद्दलचा विचार चांगलाच रुजला होता, त्यामुळे ते दुसऱ्या दिवशी गाडीने वर्ध्याला गेले. ते जमनालाल बजाजांच्या घरी उतरले. त्यावेळी त्यांना कळले की, ब्रिजलाल बियाणी, त्यांच्या पत्नी, मुलगी आणि काही मित्र मिळून वर्ध्याला यायला निघाले आहेत. दुसऱ्या दिवशी बियाणींच्या घरी सर्वजण पोहचले. सरला आणि बसंतकुमार यांनी चोरून का होईना एकमेकांकडे पाहिले आणि मूक संमती दिली. या गोष्टीचा जमनालाल बजाजांना खूप आनंद झाला. ते म्हणाले, 'आपण सारेच जण सेवाग्रामला जाऊ या. बापू आणि कस्तुरबांचे आशीर्वाद घेऊ या.' यावेळी संध्याकाळचे ५ वाजले होते. काँग्रेस वर्किंग कमिटीची सभा नुकतीच संपली होती. सरदार पटेल, अब्दुल गफारखान आणि मौलाना आझाद अजूनही बापूंच्या कुटीत होते. हे लग्न ठरते आहे याचा विलक्षण आनंद गांधीनाही झाला होता, तरीही ते सरलाला म्हणाले, 'हे बिर्ला कुटुंब थोडेसे पारंपरिक आहे. तुला

जर असे वाटले, की तुम्ही दोघे या एकत्र कुटुंबात सगळ्यांशी जमवून घेऊ शकाल तर ठीकच आहे. नाहीतर वाटल्यास तुम्ही थोडे दिवस थांबा, विचार करा आणि निर्णय घ्या.' बसंतकुमार आणि सरला या तरुण मुलांना थांबायचा धीर नव्हता. थोडेसे लाजत पण स्पष्टपणे त्या दोघांनी सांगितले, की त्यांना थांबायची गरज वाटत नाही. आता वाङ्‌निश्चय करायला काहीच हरकत नाही. ते दोघेही आपल्या डोळ्यांतील चमक गांधीपासून लपवून ठेवू शकले नाहीत. कस्तुरबांना मनस्वी आनंद झाला. त्यांनी घाईघाईने फुले, नारळ मागवून सरलाची ओटी भरली आणि एका अर्थाने हा वाङ्‌निश्चय देशातील सर्वश्रेष्ठ पुढाऱ्यांच्या आशीर्वादाने सुफल झाला.

बसंतकुमारांना मात्र काळजी वाटू लागली, की वडिलांच्या अनुपस्थितीत आपला वाङ्‌निश्चय सेवाग्राममध्ये झाला हे कळले तर त्यांना काय वाटेल? एवढ्यात फोन वाजला. फोनवर घनश्यामदास होते. फार वेळ न घालवता बसंतकुमार म्हणाले, 'काकोजी, आताच बापूंच्या कुटीत वाङ्‌निश्चय पार पडला.' त्यांना कळेना हा मुलगा काय बोलतोय. शेवटी सरदार पटेलांनी फोन घेतला आणि घनश्यामदासांना सर्व कथा सांगितली. घनश्यामदासांनाही खूप आनंद झाला. त्या क्षणापासून सरला त्यांची सर्वात आवडती सून बनली.

लग्न ठरले : पहिली सहल

यानंतर वर्ध्याच्या जवळ असलेल्या सुरगांव नावाच्या गावात सहल काढायचे ठरले. सहलीत हे दोघेच होते. सुरगांवची शेती, नदी किनारा सारेच वातावरण प्रसन्न होते. नदी किनारी एका झाडाखाली बसून त्यांनी प्रार्थना म्हटली आणि परत येताना बैलगाडीतूनच यायचे ठरले. जमनालाल बजाजांनी बैलगाडी ठरवली होती. बजाज, सरला आणि बसंतकुमार एका गाडीत बसले. तिघांना एका गाडीत बसायला अडचण होत होती, आणि या दोघांनाही बोलताना संकोच होत होता. तेव्हा जमनालाल बजाज आपणहून म्हणाले, "तुम्ही दोघे जा. मी माझ्या गाडीतून येतो." बैलगाडीतला त्या दोघांचा प्रवास म्हणजे एकमेकांचा परिचय करून घेण्याची एक सुंदर संधी होती.

बसंतकुमार आणि सरलाजी यांनी बैलगाडीतील हा पहिला आणि शेवटचा प्रवास केला. त्यांना या प्रवासाला दीड तास लागला. या वेळात त्यांनी अनेक विषयांवर चर्चा केली. बसंतकुमारांनी सरलाजींजवळ आपल्या मनातील काळजी बोलून दाखवली की स्वतंत्रवृत्तीच्या सरलाजी या त्यांच्या पारंपरिक घरात रुळतील का? त्यावेळी सरलाजींनी त्यांना आश्वासन दिले की, त्या नक्कीच रुळतील. या सबंध गप्पागोष्टीत अनेक विषय बोलले गेले आणि सरलाजींच्या विचारात असणारी स्पष्टता आणि

त्याचबरोबर असलेले व्यावहारिक शहाणपण बसंतकुमारांच्या लक्षात आले. त्यातूनच त्यांना परस्परांविषयीच्या आर्द्र भावनांची खात्री पटली. त्या वेळी सरलाजींनी सुचवले आणि विचारले की लग्न होण्यापूर्वीसुद्धा एकमेकांना पत्रे पाठवता आली तर बरे. बसंतकुमार वरकरणी हसले पण त्यांच्या मनात शंकेची पाल चुकचुकली 'आपल्या वडिलांना आणि घरातील वडिलधाऱ्यांना हे पटेल का?'

पहिले पत्र

पण नंतर ज्यावेळी सरलाजींचे पहिले पत्र बसंतकुमारांना मिळाले, त्यावेळी त्यांचा आनंद गगनात मावेनासा झाला, पण वडील काय म्हणतील ही शंका होतीच. बसंतकुमारांनी ते पत्र एकदा नाहीतर अनेकदा वाचले, इतके की जवळजवळ त्यांना ते पाठच झाले. ते पत्र असे होते, 'मत्प्रिय, मी पुण्याला दोन दिवसांपूर्वी पोहचले. मनात विचार आला की, तुम्हाला पत्र लिहावे. याबद्दल कोणालाही अवघड वाटणार नाही असे मला वाटते. गेल्या आठवड्यात वर्ध्याला आपण आयुष्यातला सगळ्यात मोठा निर्णय घेतला. आयुष्याचे एक नवीन पान उलगडले. मला वाटते तुमचीही भावना तीच आहे.

आता मात्र मी अभ्यासात पूर्णपणे बुडून जायचे आणि परीक्षेत उत्तम यश प्राप्त करायचे असे म्हणते आहे. बघू या काय होते? मी इकडे आल्यापासून माझ्या मैत्रिणी तुमच्याबद्दल प्रश्न विचारून भंडावत आहेत. तुम्ही तुमचा एखादा लहानसा फोटो का नाही पाठवत? हे माझे मागणे तुम्हाला गैर वाटणार नाही अशी मी अपेक्षा करते. एकदा का फोटो आला की माझ्या सर्व मैत्रिणींचे कुतूहल शांत होईल. आपण पिकनिकला गेलो होतो त्यावेळी तुम्ही बरेच फोटो काढलेत ते सगळेच का नाही पाठवत? आपल्या पत्राची आतुरतेने वाट पाहणारी, सदैव आपलीच, सरल.'

शेवटी एकदा बसंतकुमारांनी पत्र आल्याचे वडिलांना सांगितले. वडिलांनी त्यांना पत्रव्यवहार करण्यास परवानगी दिली आणि सांगितले की, 'हे तुमच्या दोघांपुरतेच राहू द्या. जगजाहीर झाले तर आपलीच अडचण होते. पुष्कळदा खाजगी भेटीगाठीसुद्धा गैर अर्थ निर्माण करू शकतात, म्हणून खासगी भेटी नसाव्यात असे मला वाटते.'

लग्न झाले

लग्नाचा मुहूर्त ३० एप्रिल १९४२ हा ठरला. सरलाजींची इंटरची परीक्षा झाल्यानंतरची तारीख ठेवण्यात आली. सर्वांना काळजी एकच या काळात ब्रिजलाल बियाणी यांना पुन्हा अटक झाली तर? ते लग्नाला येऊ शकले नाही तर काय करायचे? हे लग्न अकोला येथे करायचे ठरले कारण मुलीच्या घरी लग्न व्हावे अशी प्रथा असते.

नवऱ्याची वरात आली त्यात शेकडो मित्र आणि नातलग होते. प्रत्यक्ष अकोला आणि आजूबाजूच्या गावातून दहा हजार माणसे आली याचे मुख्य कारण ब्रिजलाल बियाणी हे एक लोकप्रिय नेते होते आणि वऱ्हाडात काँग्रेसचे १३ वेळा अध्यक्ष झाले होते. समारंभाला ब्रिजलाल बियाणी येऊ शकले याबद्दल बसंतकुमार आणि सरला यांनी देवाचे हजारदा आभार मानले.

लग्नानंतर काही महिन्यातच ब्रिजलाल बियाणी यांना अटक झाली. त्यांना नेल्लोरच्या तुरुंगात साडेतीन वर्षे ठेवण्यात आले. या काळात बसंतकुमार आणि सरला यांनी आपल्या वैवाहिक जीवनाचा पाया भक्कम केला आणि ही तयारी त्यांना आयुष्यभर आणि त्यानंतरही पुरेल अशी त्यांची खात्री झाली.

बसंतकुमारांचे लग्न झाल्यानंतर लगेचच त्यांच्या उद्योगाची भरभराट सुरू झाली. महात्मा गांधींनी दिलेली शिकवण आणि या परंपरागत एकत्र कुटुंबात स्वत:ला सहजपणे सामावून घेण्याची कला सरलाजींनी पुरेपूर अंगिकारली. ब्रिजलाल बियाणी यांनी नेहमीच आपल्या मुलींना विचारा–आचाराचे स्वातंत्र्य दिले होते, पण बिर्लांच्या घरात परिस्थिती वेगळी होती. इथे बायकांचा विशेषत: नववधूचा आवाज सहसा ऐकायला मिळत नसे. कोणत्याही गोष्टीत त्यांना काय वाटते हे त्यांना कोणी विचारतही नसे. थोड्याच दिवसांत सरलाची बहीण कमला हिचे लग्न झाले. बसंतकुमार आणि सरला यांना एकत्र वेळ घालवायची तशी संधी मिळाली नव्हती. मधुचंद्राला जाणे अशा गोष्टी केवळ कथा–कादंबऱ्यातच होत्या. बसंतकुमार आणि त्यांचे बंधू यांना असे वाटले की, बिर्ला घराच्या परंपरा, रीतीरिवाज यांचे शिक्षण सरलाला द्यावे यासाठी त्यांनी त्याकरता सरलाला मुंबईला पाठवायचे ठरविले.

संसाराचे शिक्षण

बिर्ला घराची परंपरा सरलाने शिकावी म्हणून तिला मुंबईला थोरल्या काकूकडे पाठवण्यात आले. त्यावेळी घरात ज्या ज्या सूचना तिला दिल्या गेल्या त्या सर्वांचे पालन ती निमूटपणे करत असे. बैलगाडीच्या प्रवासात त्यांनी बसंतकुमारांना दिलेले आश्वासन ती आठवत असे. कष्ट पडले तरी हरकत नाही पण मी या घराच्या परंपरेत सामावून जाईन असा तिचा निर्धार होता. या शिक्षणाच्या काळात सरला मुंबईला आणि बसंतकुमार कोलकात्याला. सरलाजी आपले शिक्षण कधी संपणार याची वाट बघत असत. अखेर एकदा तीन महिन्यांनी सरलाच हे संसाराचे शिक्षण सत्र संपले आणि ती कोलकात्याला आपल्या घरी आली. या काळात नवरा–बायकोनी वागणुकीतील मर्यादा

कशा पाळाव्यात याचेही धडे घेतले, पण नंतर काही महिन्यानंतर घनश्यामदास आणि त्यांचे बंधू रामेश्वरदास यांनी दुसऱ्या शिक्षणसत्रासाठी पुन्हा एकदा सरलाजींना बसंतकुमारांच्या कोलकात्याच्या काकूंकडे - शारदादेवी यांच्याकडे पाठवावे असे सुचवले. त्यावेळी पहिल्या प्रथमच बसंतकुमारांनी याला माझा विरोध आहे असे स्पष्ट शब्दात सांगितले. घनश्यामदासांना कळून चुकले की आपला धाकटा मुलगा बसंतकुमार याला स्वत:चे मन कळते आणि त्या निर्धारानेच तो वागतो. कोणी कितीही त्रागा केला तरीही तो आपले मत बदलत नाही. यामुळे हे दुसरे शिक्षणसत्र रद्द झाले.

बसंतकुमार आणि सरलादेवी यांची प्रख्यात हिंदी कवयित्री महादेवी वर्मा यांच्याशी याच काळात भेट झाली. त्या ओळखीचे रूपांतर लवकरच दाट स्नेहामध्ये झाले. सरलाजी सांगतात, महादेवींनी आमच्यावर जो प्रेमाचा वर्षाव केला त्याने माझ्या डोळ्यांत अश्रू उभे राहिले. माझी आई १९२६ साली वारली, पण महादेवींनी मला आईचे प्रेम दिले. त्यांनी बसंतकुमार आणि सरलाला आपल्या मुलांप्रमाणे वागवले. त्यांच्या कवितांना जी अध्यात्माची डूब आहे त्यामुळेच त्यांच्या कविता या दोघांना फार आवडत होत्या. त्यांच्याबरोबर असताना, गप्पा मारताना तासन्‌तास, दिवसन्‌दिवस कसे गेले हे कळत नसे. १९८७ साली महादेवी वारल्यानंतर बसंतकुमार आणि सरलाजी यांच्या जीवनात एक मोठीच पोकळी निर्माण झाली.

आदित्याचा जन्म

सरलाजींच्या बाळंतपणाची एक गोष्ट अशी सांगतात. बसंतकुमार त्या बाळंतिणीच्या खोलीत जायला निघाले त्यावेळी दारातच त्यांना आडवले गेले. घरचा जुना नोकर म्हणाला, 'सर, आपल्याला त्या खोलीत जाण्याची परवानगी नाही. मला दिलेला हा हुकूम आहे, आणि त्याची कडक अंमलबजावणी करावी असाही हुकूम आहे.' नोकराच्या आवाजात आदर तर होताच पण जरबही होती. जिन्याच्या पायथ्याशी उभा राहून तो कुणालाही वर जाऊ देत नव्हता. त्यावेळी घरच्या सर्वात ज्येष्ठ अशा बडी माँ (बसंतकुमारांची काकू) यांचा तो हुकूम होता कारण या बाळंतपणातील व्यवस्थापन त्यांच्याकडे होते आणि बडी माँचा हुकूम घनश्यामदास यांनाही बंधनकारक होता. बसंतकुमारांना सरलाजींची काळजी वाटत होती. ते अस्वस्थ होते. पण थोड्याच वेळानंतर थाळी वाजवून, घंटानाद करून बाळंतघरातून चांगली बातमी आली. सरलाला मुलगा झाला. झोपेतून जागे होत घनश्यामदासांनी आपला आनंद खूप मोकळेपणाने व्यक्त केला. २२ वर्षांचे तरुण बाप बसंतकुमार यांच्या डोळ्यातून अश्रूधारा ओघळत होत्या, कारण कित्येक तास त्यांनी बायकोच्या काळजीच्या ओझ्याखाली घालवले होते.

पहिल्या मजल्यावरील बाळंतघरात काय चालले आहे याची त्यांना सुतराम कल्पना नव्हती पण त्यांना असे सांगण्यात आले की, बाळ-बाळंतीण सुखरूप आहेत, पण तेवढ्याने बसंतकुमारांचे समाधान कसे होणार? त्यांना आपल्या मुलाचा मुखचंद्रमा पाहावा अशी खूप इच्छा होती. पण बडी माँचा हुकूम होता की बाळंतघरात कोणाही पुरुषाला येण्याची सक्त मनाई आहे. दुसऱ्या दिवशी मात्र बसंतकुमारांना रहावले नाही. पहिल्या मजल्यावरून खाली मागीलदारी येण्यासाठी न्हाणीघराजवळ एक गोल जिना होता. झाडूवाले आणि मोलकरीण यांच्यासाठी ती वहिवाट होती, बसंतकुमारांनी आपली वहिनी प्रियंवदा (माधवप्रसादांची पत्नी) यांच्या मदतीने गोल जिन्याने वर जाऊन मुलगा आणि बायको यांना पाहण्याचे ठरवले. प्रियंवदाने दाराशी पहारा करायचा आणि जवाहरी मावशी आत येते आहे असे वाटले तर मोठ्याने खोकून बसंतकुमारांना पळून जायची संधी द्यायची. थोड्याच वेळात प्रियंवदा खोकू लागली, मोठ्याने बोलू लागली, तेव्हा बसंतकुमारांनी मागील दाराच्या जिन्याने पळ काढला. १२ व्या दिवशी नामकरण (बारसे) झाले. घनश्यामदासांनी मुलाचे नाव ठरवले. नाव ठरवताना पाच निकषांचा विचार केला गेला – हाका मारायला सोपे असावे, काही विशिष्ट आकड्यांइतकीच अक्षरे असावीत, नावावरून मुलाचे किंवा मुलीचे लिंग कळावे, समृद्धी कीर्ती आणि सत्ता याचे प्रतीक असावे आणि कोणत्या कुटुंबातील मुलगा आहे हे कळावे. भारतीय पद्धतीने बसंतकुमारांनी आपल्या मुलाच्या कानात नाव सांगितले, 'आदित्यविक्रम बिर्ला.' यावेळी ब्रिजलाल बियाणी वेल्लोरच्या तुरुंगात होते. ते आणि बसंतकुमार एकमेकांना लांबलचक पत्रे लिहित असत. ब्रिजलाल लिहितात, 'तुरुंगाच्या या कोरड्या आयुष्यात तुमची पत्रे म्हणजे प्रेमाचा एक शिडकावा. आत असणारा माणूस आणि बाहेर असणारा माणूस यांच्या अंतःकरणाची तार एकाचवेळी कशी छेडली जाते याचे आश्चर्य वाटते. तुमच्या पत्रातील दोन वाक्यांनी मला फार आनंद झाला. मी तुमच्यासाठी काय आणू? असे तुम्ही मला विचारता पण खरे म्हणाल तर, येथे काहीच मिळत नाही त्यामुळे तुम्ही जे काही आणाल ते आम्हांला प्रिय आहे.'

सरलाला लिहिताना ब्रिजलाल लिहितात, 'तू आम्हांला नातू दिलास, याने किती आनंद झाला हे कसे सांगू – तुझ्या पत्रातील शब्दांत तुझे त्याच्या विषयीचे प्रेम आणि नातवाच्या बालसुलभ हालचालींचे वर्णन तुमच्या पत्राला सुगंधित करते. माझी वेडी मुलगी सरला तिला मी काय देणार? तिला मनापासून माझ्या शुभेच्छा आणि आशीर्वाद आहे. सुरुवातीपासूनची तुझी (सरलाची) सर्व पत्रे पुन्हा पुन्हा वाचली. हे पत्र पोहचेल त्यावेळी तू कोलकाता सोडून आईकडे माहेरी जायला निघाली असशील. तुम्हा सर्वांची फार आठवण येते. आदित्यला माझे अंतःकरणपूर्वक आशीर्वाद. आपला प्रेमपूर्वक, ब्रिजलाल बियाणी.'

बसंतकुमार आणि सरलाजी हे दोघेही धार्मिक बाबतीतील नियम पालनात अगदी काटोकोरपणाने वागतात. पालिताना इथे जवळजवळ ८६३ देवळे आहेत. ही जैन देवळे बांधायचे काम जवळजवळ ९०० वर्षे चालू होते. यासाठी पायी डोंगर चढून जावे लागायचे. वाटेत काहीही खाणे घ्यायचे नाही. या डोंगराच्या शिखराला शत्रुंजय म्हणतात, देवदर्शन करून संध्याकाळच्या आत सर्व भक्तांना खाली उतरून परत यायला लागते, कारण रात्री कुणीच तिथे राहायचे नाही. चामड्याचे पट्टे, घड्याळ बरोबर न्यायचे नाही. बसंतकुमार आणि सरलाजी यांनी हे सर्व नियम काटेकोरपणे पाळले आणि भाविकपणे दर्शन घेऊन दोघेही परत आले.

घट्टमुठीचे गृहस्थ

सरलाजींना पैसे खर्चायची विशेषत: साड्या खरेदीची खूप आवड. त्यांच्याकडे असणाऱ्या साड्या खरोखरीच त्यांच्या कुशल निवडीची साक्ष देतात. याउलट बसंतकुमार घट्ट मुठीचे गृहस्थ आहेत. अत्यंत आवश्यक असल्याशिवाय ते पैसे खर्च करत नाहीत आणि पैशाचा हिशेब मागताना अखेरच्या पैशाचा हिशेब लागल्याशिवाय त्यांचे समाधान होत नाही. याविषयी बोलताना नातू कुमारमंगलम् म्हणाले, ‘‘खरे म्हणजे आजची आजोबांची (बसंतकुमारांची) आणि आजीची (सरलाजींची) आर्थिक स्थिती अशी आहे की, मनाला येईल ते, ते खरेदी करू शकतात, पण ते दोघेही कमालीचे काटकसरी आहेत. मला वाटते, त्यांच्या दृष्टीने संपत्तीला काहीच महत्त्व नाही. कारण जीवनातील मूल्ये आणि आपली श्रद्धा यांनाच ते जास्त महत्त्व देत असल्याने ते केवळ आहेत म्हणून स्वत:वर पैसे खर्च करत नाहीत.’’ आपली खोली सोडताना बसंतकुमार खोलीतील दिवे व पंखे बंद केलेले आहेत हे पाहतात. माझी आजी साडी कितीही महाग असली किंवा आवडली असली तरी बसंतकुमारांचा सल्ला घेतल्याशिवाय खरेदी करत नाही. ४ फेब्रुवारी १९९१ ला बसंतकुमारांना ७० वर्षे पूर्ण झाली त्यादिवशी एक दिमाखदार वाढदिवस साजरा करावा असे घरच्या लोकांच्या मनात होते पण बसंतकुमारांना यातले काहीच पसंत नव्हते. ते म्हणाले, ‘‘या दिवशी मला कुणीही कसलाही आहेर करू नये. वाढदिवसाला कोलकात्याबाहेरील मित्र, नातलग, सहकारी, कर्मचारी यांना बोलावू नये. नेहमीच्या जेवणासारखा एखादा बुफे लावावा. कोणत्याही व्यावसायिक कलाकाराचा कार्यक्रम ठेवू नये. कोणत्याही हॉटेलमध्ये हा समारंभ ठेवू नये.’’

बसंतकुमारांचा कपडेपट आणि सरलाजींचा कपडेपट ह्याविषयी या नवरा-बायकोत नेहमीच थोडासा वाद आणि मतभेद होता. बसंतकुमारांकडे २५ हून अधिक

सूट आहेत. ते म्हणतात, 'मला याहून अधिक कशाचीही गरज नाही.' याउलट सरलाजी त्यांना सांगत राहतात की, 'अहो, माणसांप्रमाणेच सूटही म्हातारे होतात.' बसंतकुमार म्हणतात, 'ते अजून फाटले नाहीत.' तर सरलाजी म्हणतात, 'ते गलथान दिसतात म्हणून नवीन घेण्याची गरज आहे, कारण तुम्ही मोठ्या कंपनीचे अध्यक्ष आहात आणि तुमचा पोशाख हा चांगलाच असला पाहिजे.' पण बसंतकुमारांना यातले काहीही पटत नाही. ते चक्क नकार देऊन म्हणतात, 'कोणत्याही परिस्थितीत ५० हजारांचा सूट मी विकत घेणार नाही. हेच पैसे मी एखाद्या सामाजिक कामाला लावेन.' त्यांची नात विदुला हिच्या लग्नाच्यावेळी कुटुंबातील साऱ्यांनी एकमत करून बसंतकुमारांना नवा सूट घ्यायला लावला होता. सरलाजींनी स्वत:करता वाटेल तेवढे पैसे खर्च करावेत याला बसंतकुमारांची ना नसे, पण बसंतकुमारांना मात्र कसलाही आहेर देऊ नये. हा त्यांचा आग्रह लग्नाच्या पहिल्या दिवसापासून आजतागायत आहे. इतक्या वर्षांच्या या वादविवादानंतर त्यांनी आता एक तडजोड केली आहे, प्रत्येक वाढदिवसाला सरलाजींनी भेट म्हणून बसंतकुमारांना एक धोतर द्यावे आणि जास्तीत जास्त २५० रुपयांचा आहेर करावा आणि सरलाजीच्या वाढदिवसाला बसंतकुमारांनी त्यांना एक साडी द्यावी. याखेरीज दर तीन महिन्यांनी सरलाजींना मनाला येईल ते खर्च करण्याकरता काही रक्कम द्यावी. पण आपले राहणीमान आणि जीवन मूल्ये यांच्याशी कसलीही तडजोड करू नये.''

बसंतकुमारांनाही काही अवघड प्रसंगाला तोंड द्यावे लागले. ज्यावेळी सरलाजी प्रसूती वेदनेने बिर्ला हाऊसमध्ये तळमळत होत्या, त्यावेळी जीव ओतून केलेली देवाची प्रार्थना त्यांना आजही आठवते. आदित्यचा जन्म सुखरूपपणे झाला आणि बसंतकुमारांना एक आनंदाचा ठेवाच मिळाला. असाच दुसरा प्रसंग बद्रिनाथच्या यात्रेवेळी झालेला त्यांना आठवतो. ज्या घोड्यावर आदित्य बसला होता तो घोडा एकाएकी फिरला आणि तो कड्यावरून खाली जातो की काय असे वाटले. बसंतकुमार आणि सरलाजींनी ईश्वराला टाहो फोडून जी प्रार्थना केली ती त्यांना आजही आठवते. सुदैवाने त्या घोड्याच्या मोतद्दाराने जीव तोडून लगाम ओढला आणि आदित्य वाचला.

आदित्यला बोस्टनच्या हॉस्पिटलमध्ये ठेवले असताना त्याची तब्येत जरा जास्तच बिघडली त्याला भेटण्यासाठी बसंतकुमार आणि सरलाजी कोलकात्यापासून निघून विमानाने बोस्टनला पोचेपर्यंत त्यांना प्रार्थनेशिवाय दुसरा कशाचाही आधारच नव्हता. ईश्वराने त्यांची प्रार्थना ऐकली आणि आदित्य बरा झाला.

कृतज्ञ सरलाजी

मला जर कुणी सांगितले की, सरलाजींचे वर्णन एका शब्दांत करा तर मला वाटते 'कृतज्ञ' हा एकच शब्द त्यांच्या वर्णनाला योग्य आहे. प्रत्यक्ष परमेश्वराबरोबर त्यांची हॉटलाईन सदैव चालू असल्यासारखी आहे. परमेश्वरापाशी त्या कृतज्ञता सदैव व्यक्त करतात. अत्यंत उदार अंत:कणाचे आई-वडील, हिऱ्यासारखा नवरा, उद्योगधंद्यात बरकत, आपल्या मुलीपेक्षा सुनेवर जास्त प्रेम करणारे सासरे, सर्व सार्वजनिक कामात सुयश आणि एक आदित्य सोडला तर सर्व मुले, नातवंडे जवळ असणे यापेक्षा अजून भाग्य ते काय? ही कृतज्ञता व्यक्त कशी करायची तर सरलाजींना वाटते आपण गरिबांसाठी काही तरी करावे त्यासाठी त्या पहाटे लवकर उठून आपल्या स्वत:च्या हाताने स्वयंपाक करतात. काही स्वत:च्या हाताने तर काही मदतीने पण रोज २००/ ३०० पोळ्या केल्या जातात आणि हे सारे अन्नदान गरिबांना होते. त्यांना पुष्कळदा असे वाटते की आपण देत राहावे. कोणी म्हणतात की गरिबांना कपडे, चपला काहीही दिले तरी केव्हा केव्हा असे आढळले की ते कपडे विकले जातात, क्वचित त्या पैशातून दारूसुद्धा घेतली जात असेल. सरलाजी म्हणतात, 'आज मात्र याचा विचार करताना मला याची जाणीव होते की, त्यांच्या या निर्णयावर बोलण्याचा आपल्याला काय अधिकार? मला तर असे वाटते की, आपल्याजवळ जे काही आहे ते द्यावे, दिल्यानंतर त्याचा उपयोग कसा केला जातो ते ईश्वरावर सोपवावे.'

ज्यावेळी बसंतकुमारांच्या मुलींनी स्वतंत्र आयुष्य जगायचे ठरवले, त्यावेळी बसंतकुमार आणि सरलाजी या दोघांनाही थोडेसे अवघड गेले. एका मुलीने जातीबाहेर लग्न केले तर एकीने परधर्मियाशी लग्न केले. सरलाजी म्हणतात, 'आता काळ बदलला हे आपण जाणून घ्यायला हवे. काळाबरोबर आपण बदलायला हवे. मुले आपापल्या दृष्टीने जगाकडे पाहतात, हिंदू असो, ख्रिस्ती असो, मुस्लिम असो आपण प्रथम माणूस म्हणूनच त्यांच्याकडे पाहायला नको का? सुंदर कोण? तर जो सुंदर गोष्टी करतो तो सुंदर, त्यामुळे माणसाची जात-धर्म या गोष्टी दुय्यमच म्हणायला हव्यात.'

सरलादेवी चांगलं फ्रेंच बोलू शकतात. सुश्मिता भट्टाचार्य या त्यांच्या फ्रेंच शिक्षिका. ज्यावेळी सरलाजींनी फ्रेंच शिकायला सुरुवात केली, त्यावेळी भट्टाचार्यांना खूप आश्चर्य वाटले. त्या म्हणाल्या, 'मला वाटलं कुणातरी मुलीला शिकवायचे आहे, पण ८० व्या वर्षी फ्रेंच शिकणाऱ्या विद्यार्थिनीची मी कल्पनाच केली नव्हती.'

बसंतकुमार म्हणतात, 'आज माझं वय ८७ आहे. माझी प्रकृती ईश्वर कृपेने चांगली आहे. मी रोज सकाळी ९ पासून दुपारी ३.३० पर्यंत ऑफिसमध्ये काम करतो. खरं म्हणाल तर शनिवारीही मी थोडा वेळ काम करतो. ईश्वराची इच्छा असेल तर मी याच पद्धतीने मी

वयाच्या नव्वदीतही काम करू शकेन.' त्यांना कुणी विचारले की, 'जरा कामाचा वेग कमी करावा असे वाटत नाही का?' तर बसंतकुमार म्हणतात, 'सारं माझ्या प्रकृतीवर आणि माझ्या पत्नीच्या इच्छेवर अवलंबून आहे. कदाचित मी आधी सुद्धा कामातून निवृत्त होईल पण मला हे माहीत आहे की माझी पत्नी मला असे करू देणार नाही.''

दरवर्षी जुलै–ऑगस्ट दरम्यान हे पती-पत्नी लोणावळ्याला जातात. या काळात तिथे धुवांधार पाऊस पडत असतो आणि आमच्या जाण्याचा खरा हेतू पावसाचा आनंद लुटण्याचाच असतो. ते दोघेही म्हणतात, ''आमची भावना अशीच आहे की, आलेल्या परिस्थितीला सामोरे जायचे. जी ईश्वरेच्छा आहे ती मान्य करायची, परंतु मनाने तरी, आपण कोणत्याही परिस्थितीला सामोरे जायला तयार असायलाच हवे आणि ही तयारी मुख्यत: नैतिक आणि तात्त्विक असावी लागते.''

तसं म्हणाल तर बसंतकुमार आणि सरलादेवी ही दोन्ही व्यक्तिमत्त्वे एकमेकांहून अगदी वेगळी आहेत. जसं बसंतकुमार आणि हरिवंशराय बच्चन. या दोन्ही व्यक्ती वेगळ्या आहेत पण या दोघांच्या जीवनात एक सारखेपणा आहे. दोघींचेही आपापले वडील आणि मुले यांच्यामधील प्रेमभाव हा समान भाव आहे. वडील आणि मुलाची मैत्री हा समान धागा आहे. बसंतकुमार म्हणाल, तर सर्वार्थानं रोमॅण्टिक, भावनाप्रधान त्याच वेळी कठोर निर्णयशक्ती असणारे गृहस्थ आहेत आणि हरिवंशराय बच्चन हे त्यांच्या अगदी उलट आहेत. पण वडील आणि मुलगा यांचे संबंध बसंतकुमार आणि हरिवंशराय बच्चन या दोघांच्याही बाबतीत खूप वास्तववादी आणि तरीही स्नेहपूर्ण आहेत. काही वर्षांपूर्वी त्यांच्या लग्नाच्या वाढदिवशी बसंतकुमारांनी घेतलेल्या फोटोंचे प्रदर्शन मांडण्यात आले. गेल्या ५० वर्षांत त्यांनी जे फोटो घेतले त्यातले निवडक फोटो लावले होते. प्रदर्शनाच्या उद्घाटनासाठी अमिताभ आणि जया बच्चन आले आणि त्यांनी अतिशय भावनिर्भर असे भाषण केले.

अखंड संवाद

बसंतकुमार म्हणतात, 'आमचा मुलगा आदित्य याला धीर नसायचा आणि सुरुवातीच्या काळात तो सहजपणे दुसऱ्याला मूर्ख किंवा गद्धा म्हणायचा. पण हळूहळू त्याला जसा प्रौढपणा आला, वैचारिक प्रगल्भता आली तशी त्याची दुसऱ्याला मूर्ख म्हणण्याची सवय गेली.'

बसंतकुमार आणि सरलादेवी हे कायम एकमेकांशी बोलत राहिले. या अखंड संवादातून त्यांचे दांपत्य जीवन घडत गेले. ते सांगतात 'रोज झोपण्यापूर्वी आम्ही दोघे आपले होमवर्क (गृहपाठ) झाले की नाही हे पाहत असू. आम्ही आदित्यला हेच सांगितले की, तूही याच पद्धतीने संसार करावा.'

बसंतकुमारांची पहिल्यापासूनची अशी इच्छा होती की, आपल्या नातवांबरोबर हातात हात घालून निदान वर्षभर तरी काम करावे. कुमारमंगलम् म्हणाला, 'मला हे माहीत नव्हते, पण माझ्या दृष्टीने आजोबांच्याबरोबर काम करणं ही फार मोठी देणगी होती.' आपल्या आजी-आजोबांबद्दल बोलताना तो नेहमी भावनापूर्ण बोलतो. त्याच्या दृष्टीने आजी-आजोबांना वयाचं बंधन कधीच नव्हतं, पण त्यांची मनं जर पाहिली तर त्यांना काळाचंही बंधन नाही असे वाटते. फारशी विश्रांती न घेता ते कित्येक तास काम करू शकतात, वयाची ८० वर्षं पूर्ण झाल्यावरही ते उद्योगाच्या विकासाच्या योजना आखतच राहिले.'

बिर्ला घराण्याचा आणि कलाकारांचा पारंपरिक संबंध आहे. रविशंकर, अल्लारखाँ साहेब, जगजीतसिंग, किशोरकुमार, नितीन मुकेश, आर. डी. बर्मन, अमीरखान, बिरजू महाराज या साऱ्या कलाकारांचा संबंध आल्याने 'म्युझिक अँड आर्ट ॲकॅडमी' काढण्याचा निर्णय घेण्यात आला. बसंतकुमार आणि सरलाजींना असे वाटू लागले की या कलाक्षेत्रात काही मूलगामी काम करायला हवे. यातूनच १९६४ साली 'बिर्ला ॲकेडमी ऑफ आर्ट ॲन्ड कल्चर' याची स्थापना झाली. या संस्थेमार्फत मध्य युगातील आणि आधुनिक चित्रकला आणि पुराणवस्तूंमधील निवडक नमुने याची नियमितपणे प्रदर्शने भरवली जातात. भारतीय चित्रकार आणि शिल्पकार यांना हे नवे व्यासपीठ उपलब्ध करून देण्यामुळे, कलाक्षेत्रात एक नवीन चळवळ सुरू करता आली आहे.

विमानातून जाणाऱ्या माणसाला भीती वाटते पण विमान चालवणाऱ्याला मात्र विमान चालवणे सोपे वाटते. एक खाजगी गोष्टी सांगायची तर, बसंतकुमारांची पायलट व्हावे अशी फार इच्छा होती. पहिल्या प्रथम आदित्यलाही विमानाची भीती वाटत असे पण त्यावर मात करून आदित्य विमान चालवायला शिकला. त्याने विमान चालवण्याचा परवाना घेतला. बसंतकुमारांनी ज्यावेळी विमान शिकण्याची इच्छा व्यक्त केली होती त्यावेळी घनश्यामदासांनी ठामपणे नाही म्हणून सांगितले. त्यामुळे या उद्योगपतीचे वैमानिक होण्याचे स्वप्न अजूनही अपूर्ण आहे.

बसंतकुमार : ध्येयवादी उद्योजक

ज्यावेळी घनश्यामदासांच्या पत्नी वारल्या त्यावेळी घनश्यामदासांनी आपला धीर न सोडता एकाचवेळी साऱ्या कुटुंबाची आई आणि वडील होण्याची, मुलांना वळण लावण्याची जबाबदारी पेलली. तसेच घनश्यामदासांनी बसंतकुमारांना वळण कसे लावले असेल याचा उलगडा बसंतकुमारांनी लिहिलेल्या काही पत्रातून होतो, - 'तुम्हांला वाढवताना मी याची काळजी घेतली की, तुम्हांला माझ्यापासून कुठलीच गोष्ट लपवायची

गरज पडू नये. वडील आणि मुलगा यांच्यात हे लपवा-छपवीचे अंतर कधीच असू नये. वयात आलेला मुलगा हा वडिलांना आपल्या मित्रासारखा असतो, पण जर कधी वडिलांपासून काहीही लपवावेसे तुम्हाला वाटले तर याचा अर्थ मी असा समजेन की तुम्हांला वाढवताना, तुमच्यावर संस्कार करताना आम्ही आईबाप कुठे तरी कमी पडलो.'

आज या वयातही बसंतकुमारांच्या चेहऱ्यावर एक खोडकर हसू असते. जणू काही त्यांना कुणाचीतरी खोडी काढायची आहे. ती खोडी निरागस असते. पण या खोडकरपणाबरोबर स्पष्ट बोलण्याचा धीटपणाही त्यांच्यापाशी आहे. उदाहरणच द्यायचे झाले तर, वयाच्या १९ व्या वर्षी लग्न करायच्या वेळी ते धिटाईने आपल्या वडिलांना सांगू शकले की, मला एक हुषार, कॉलेजमध्ये शिकलेल्या मुलीशी लग्न करायचे आहे.

वयाच्या १५ व्या वर्षी त्यांनी उद्योगाची सूत्रे हाती घेतली आणि त्या दिवशी आपल्या डायरीत लिहिले 'मी ईश्वराची प्रार्थना करून इतकाच आशीर्वाद मागितला की मला चांगला आणि प्रामाणिक उद्योजक बनव.' जो व्यवसाय त्यांच्या हातात आला तो, कापडाचे एखादे छोटे दुकान नव्हते तर अत्तरे, तेले, प्रसाधनाची साधने इत्यादींची निर्मिती करणारी ती एक प्रचंड केमिकल इंडस्ट्री होती.

सरला बियाणींचे कुटुंब तसे नामवंत होते, पण आर्थिकदृष्ट्या बिर्लांच्या तुलनेने कमीच म्हणायचे. याबाबत बसंतकुमार हट्टी होते, ते म्हणायचे, 'पैसे, सौंदर्य हे सगळे दुय्यम आहे. मला हवी ती शिकलेली मुलगी आणि त्यामुळेच मी शिक्षणाला प्राधान्य देतो.'

त्या काळात सरला बिर्ला कशा दिसत असतील याची कल्पना करायची असेल तर १६-१७ वर्षांच्या इंदिरा गांधींची कल्पना करावी. त्या दोघीही एकमेकींसारख्या आहेत. सरलाजीसुद्धा तशाच निर्धाराच्या आहेत. त्यामुळेच त्या महात्मा गांधींना म्हणू शकल्या की 'माझे लग्न कुणाबरोबर ठरवता हेच मला माहीत नाही आणि त्या मुलाची भेट झाल्याशिवाय मी कुणाशीही लग्न करणार नाही.' यावर घनश्यामदास महात्मा गांधींकडे गेले आणि गांधींनी सरलाला बोलावले. तिथे असलेल्या राष्ट्रीय नेत्यांच्या उपस्थितीतच न भिता सरलाने सांगितले की, 'मुलगा पाहिल्याशिवाय संमती देऊ शकणार नाही, तसेच हे माझे ग्रॅज्युएशनचे वर्ष आहे, मी ज्यावेळी कोलकात्याला गेले त्यावेळी तिथे असलेल्या ३-४ जणांपैकी कोणता माझा नवरा होणार आहे हे मला सांगितले गेले नाही'. त्यामुळे गांधींनी बसंतकुमार आणि सरला यांची भेट घडवून आणली आणि ही साठा उत्तराची कहाणी सुफळ संपूर्ण झाली.

सरला म्हणाली, 'केवळ बिर्ला घराण्यातला मुलगा आहे म्हणून मी कशी लग्न करणार? तो मला आवडला तर पाहिजे.' यावरून कल्पना येईल की सरला बिर्ला यांचे

व्यक्तिमत्त्व कोणत्या रसायनाचं आहे. या दोघांना तीन मुले झाली. आदित्यविक्रम, जयश्री आणि मंजुश्री. आदित्यचा जन्म १४ नोव्हेंबर १९४२ ला झाला.

शाळेत असताना आपल्या वर्गातल्या गरीब मुलींना पेन्सिल अथवा पुस्तक घेण्याची आर्थिक ताकद नसली तर सरलाजी आपली वही–पेन्सिल त्यांना देऊ करायच्या. घर नीटनेटके आणि स्वच्छ असावे अशा शिकवणीमुळे हॉस्टेलमधली त्यांची खोली नीटनेटकी आणि सदैव लावलेली असायची. त्यांच्या आईने त्यांना विचारपूर्वक निर्णय घेण्याची शक्ती, व्यवहारिक शहाणपण आणि नातेसंबंधातील समजूत असे तीनही गुण दिल्याने या दोघींचे संसार सुखाचे झाले.

बियाणींच्या घरात त्यांच्या पत्नी सावित्रीदेवी यासुद्धा एक महिला नेत्या होत्या. त्यामुळे बियाणी यांच्या घरात राजकीय पाहुण्यांची वर्दळ सतत असे. सावित्रीदेवींना द्वितीयेच्या चंद्राचे मोठे आकर्षण. त्यामुळे त्या 'दूज का चाँद' एखाद्या मोठ्या सणासारखे साजरे करत. साडीच्या पदरातून त्या एक धागा काढून घेत आणि तो हातात घेऊन चंद्राकडे पाहात म्हणत, 'जसा कलाकलाने तू वाढतोस तसे आमचे कुटुंबही वाढू दे.' आईची ही परंपरा सरला आणि बसंतकुमार अजूनही पाळतात. रात्रीच्या आभाळाखाली उभे राहून ईश्वराच्या कृपा प्रसादाचे कौतुक करत, चंद्रताऱ्यांशी संभाषण करत आजही बसंतकुमार आणि सरलाजी चंद्रदर्शन करतात, मग ते जगात कुठेही असोत.

६

उद्योगाची वाटचाल

इंग्रजी भाषेत चांदीचा चमचा तोंडात घेऊन जन्म घेणे किंवा अंगात निळे रक्त असणे (रॉयल ब्लड – राजवंशी रक्त) अशासारख्या वर्णनांनी खानदानी श्रीमंती सांगितली जाते. सुदैवाने बसंतकुमार यांच्या बाबतीत दोन्ही वर्णने खरी होती. पण यामुळे आनंद होण्याऐवजी बसंतकुमार यांच्या मनात अनेक वेळा त्रासदायक विचार येत असत. ते त्यांनी ३ मार्च १९४२ ला आपल्या दैनंदिनीत लिहिले आणि आपल्या अस्वस्थतेला वाट करून दिली. ते लिहितात, 'आजच्या माझ्या आयुष्यात मला कसलाच आनंद दिसत नाही. माझ्या जीवनात कसलाही झगडा नाही, कोणत्याही अवघड प्रसंगाला तोंड द्यावे लागत नाही. प्रत्येक दिवशी सकाळ होते, उगवते, मागून संध्याकाळ येते आणि जाणारा दिवस निघून जातो. आज आपण मात्र काहीच साधले नाही अशी वैफल्याची भावना मनात येते. आपल्या वडिलांनी उद्योगधंदे सुरू केले त्यात शेकडो लोक काम करतात त्याचप्रमाणे आपणही आपले स्वत:चे भांडवल उभे करावे. घरचा धंदा सोडून द्यावा आणि दोन चार वर्षांत आपल्या पायावर उभे राहावे. आपला स्वत:चा एक वेगळा धंदा असावा. हे माझे स्वप्न आहे का कल्पनारंजन आहे? माझ्या दृष्टीने हे माझे ध्येय आहे. अशी संधी मला कधी मिळणार? मला स्वतंत्र जगण्याची संधी कधी मिळणार? परंतु या स्वप्नपूर्तीला थोडासा वेळ जायला हवा'

खरं तर आपण आपला अभ्यास पूर्ण करावा आणि बी.एस्सी.ची पदवी मिळवावी अशी बसंतकुमारांची इच्छा होती, पण घनश्यामदास यांना असे वाटले की, आता आपला मुलगा मोठा झाला आहे. इंटरमिजिएटपर्यंत शिकला हे पुरेसे आहे. आता त्याने आपल्या व्यवसायात लक्ष घालावे. ही गोष्ट होती बसंतकुमार १५ वर्षांचे असतानाची.

उद्योगात पदार्पण

एकदा उद्योगधंद्यात यायचे असे वडिलांनी ठरवले, त्यानंतर बसंतकुमारांनी उद्योग हाच आपला पूर्ण वेळ व्यवसाय आहे हे लक्षात घेऊन कामाला सुरुवात केली. त्यामुळे थोड्याच दिवसांत त्यांनी केसोराम कंपनी आणि भारत शुगर मिल या दोनही उद्योगात लक्ष घालायला सुरुवात केली. इतकेच नाही तर नंतर त्यांनी कुमार केमिकल वर्क्स या कंपनीतही लक्ष घालायला सुरुवात केली. हा व्यवसाय सुगंधी द्रव्ये तयार करण्याचा होता. या व्यवसायाची त्यांना पूर्ण माहिती नव्हती, त्यामुळे कंपनीची वाढ फारच हळूहळू होत होती, त्याला वेग येत नव्हता. त्यांनी केसोराममध्ये आणि भारत शुगरमध्ये घेतलेल्या अनुभवाचा मात्र त्यांना नव्या व्यवसायात खूप फायदा झाला.

याच काळात बसंतकुमार यांचा ब्रिटिश माणसांशी प्रथमच संबंध आला. त्या काळात ब्रिटिश अधिकाऱ्यांच्या दालनात वेगळ्या राखून ठेवलेल्या खुर्च्या फक्त गोऱ्या लोकांसाठी असत. हिंदी लोकांना तेथे मज्जाव असे. अशा अपमानकारक वागणुकीने त्यांचे मन खवळून उठे. त्यामुळे त्यांनी मनाशी असा निश्चय केला की, तागावरच्या उद्योगावरची ब्रिटिशांची मक्तेदारी आणि मालकी संपवून मी माझी स्वत:ची तागाची गिरणी सुरू करेन. त्यांनी तसे सांगितल्यावर ब्रिटिश उद्योजकांना भयंकर राग आला आणि ते म्हणू लागले की बसंतकुमारांचे हे उद्धट बोलणे आम्ही सहन करणार नाही. पण बसंतकुमार यांचे वय २० वर्षांचे होण्याच्या आधीच त्यांचा जो तागाचा व्यापार होता त्यातून त्यांना भरपूर उत्पन्न मिळू लागले. यातूनच पैशाचा ओघ सुरू झाला. आपले छोटेसे घर सोडून कोलकात्यात चौरंगीवर बसंतकुमारांनी मोठे घर विकत घेतले. १९१९ मध्ये या घरासाठी त्यांना ५० लाख रुपये किंमत मोजावी लागली. याशिवाय बिर्लाबंधू या नावाने त्यांचा उद्योग सुरू झाला. तागाची गिरणी सुरू झाली, दिल्लीच्या या गिरणीच्या यशानंतर कोलकात्याला बिर्ला ज्यूट मिल आणि केसोराम कापड गिरणी १९२० साली सुरू झाली.

हिशोब कसे ठेवायचे?

मारवाडी संस्कृती हिशेब ठेवण्याची एक विशिष्ट पद्धत आहे त्याला 'पार्था' असे म्हणतात. बिर्लांच्या सर्व उद्योगात ही पद्धत वापरली जाते. बसंतकुमारांच्या बहुतेक सर्व कंपन्यांत याच पद्धतीचा उपयोग केला जातो. आपल्या रोजच्या व्यवहारात आले किती आणि गेले किती? रोज फायदा झाला की तोटा, याचा ताळेबंद काढून त्याची अंदाजपत्रकातील आकड्यांशी तुलना करून प्रत्येक मॅनेजरने दररोज आपल्या उद्योगात

काय झाले आणि काय नाही याचा आराखडा बसंतकुमारांना द्यावा असे ठरले. या पार्था पद्धतीचा जास्तीत जास्त उपयोग करून कामातील कौशल्य कसे वाढवता येईल याचा विचार बसंतकुमारांनी जितका केला तितका दुसऱ्या कुणीच केला नाही. त्यामुळे दैनंदिन व्यवहारात मनात जी उद्दिष्टे ठेवली, ती पूर्ण होतात की नाही याचे वृत्त उद्योगातील सर्वश्रेष्ठ माणसाला रोजच्या रोज कळायची शक्यता निर्माण झाली. बसंतकुमारांना आर्थिक गोष्टींत खूप रस होता. हिशोब कसे ठेवावेत याची त्यांच्याजवळ जन्मजात कुशलता होती, त्यामुळे हिशेबातील गुंतागुंती सहज ओलांडून ते निष्कर्षाप्रत पोहचत. याखेरीज प्रत्येक हिशोबपत्रक हे स्वच्छ, संपूर्ण आणि अद्ययावत असले पाहिजे आणि ते वेळेवर वरिष्ठांना मिळाले पाहिजे हा त्यांचा आग्रह असे आणि त्यामुळेच बसंतकुमारांच्या उद्योगातील यशाला नवीन झळाळी मिळाली. पुष्कळदा काही नवीन मॅनेजर आपल्या हिशेबातील त्रुटी लपविण्यासाठी हिशोबाची जुळवाजुळव करीत असत, आणि मनाशी प्रार्थना करीत, 'देवा हे बसंतकुमारांच्या लक्षात न यावे.'' पण हे एकदाही घडले नाही. प्रत्येकवेळी हिशेबातील लपवालपवी ते शोधून काढत आणि त्यानंतर लपवालपवी करण्याऱ्या माणसाचे भविष्य मात्र शंकास्पद मानले जात असे.

बसंतकुमार म्हणतात, उद्योगातील हिशेब पाहताना मी मनाशी अशीच धारणा ठेवतो की सर्व हिशोब बरोबर आहेत. पुष्कळदा मी हिशोबात अज्ञानी आहे असा आविर्भाव दाखवून मॅनेजर मंडळींना खूप उलटसुलट प्रश्न विचारत असतो. जणू त्यांना असे वाटावे की हिशोबाच्या बाबतीत मी अंधारात आहे, अज्ञानी आहे. पण त्यांच्या उत्तरांवरून मला कळत असे की ह्या माणसाला हिशेबातील किती कळते, त्याला किती माहिती आहे आणि माझ्यापुढे आकड्यांची गल्लत करून कोण मला फसवीत आहे. थोडक्यात काय, की कोण मला खरे चित्र दाखवतो आणि कोण थापा मारतो, याचा त्यांच्या नकळत मला उलगडा होते असे. याचा परिणाम म्हणून बसंतकुमारांच्या सर्व उद्योगांना एक प्रकारची विश्वासार्हता प्राप्त झाली आहे आणि त्यामुळेच बिर्ला कुटुंबाचे नाव पुढे झाले आहे.

जमशेटजी टाटांच्या बाबतीतही असेच घडले होते. एका हॉटेलमध्ये त्यांनी एक पाटी पाहिली ती अशी होती, 'कुत्री आणि हिंदी माणसे यांना आत यायला परवानगी नाही.' यामुळे चवताळून जाऊन त्यांनी मनाशी निश्चय केला की आपण स्वत:चे स्वतंत्र असे उत्तुंग हॉटेल बांधू की, ज्यात भेदभाव असणार नाही. यातून मुंबईच्या 'ताजमहाल' हॉटेलची निर्मिती झाली.

कामगार विषयक धोरण

युद्ध संपल्यावर बिर्ला उद्योगसमूहातील सर्व नेत्यांची बैठक दिल्लीत झाली. त्यावेळी आपली प्रगती काय झाली याचा विचार करताना, स्वातंत्र्यानंतर येणाऱ्या संधी आणि आव्हाने यांचा विचार त्यांनी केला. आपल्या कुटुंबात एकोपा राहावा, उद्योगातून कमावलेले नाव तर वाढावे, पण येणाऱ्या आव्हानांचा स्वीकार करून आपापसांतील स्पर्धा मागे ठेऊन सर्व बिर्ला उद्योगपतींनी एकत्र यावे असा विचार पुढे आला. याच वेळी बसंतकुमारांच्या मनात आले की, आपण चहा आणि हवाई वाहतूक यांच्या उद्योगात पडावे. दुर्दैवाची गोष्ट अशी की, उद्योगपतींच्या या साऱ्या योजनांबाबत भारताचे पंतप्रधान जवाहरलाल नेहरू यांची प्रतिक्रिया मात्र थंड आणि उदास अशी होती.

बसंतकुमार नेहमी सांगतात की, 'लोक पुष्कळदा कंपनी सोडतात पण आपल्या बॉसला सोडत नाहीत. आपल्या हाताखालील कर्मचाऱ्यांना टिकवून धरायचे असेल तर त्यांच्यातील गुणांना प्रोत्साहन आणि अवगुणांवर नियंत्रण ठेवणे आवश्यक आहे.' एक उदाहरण आठवते, १९४४ साली बसंतकुमारांनी डॉ. दीनानाथ गायतोंडे यांना ६०० रुपयांवर नेमले. ते सहजपणे रुग्णांच्या मेंदूचे आणि हृदयाचे विश्लेषण करून रोगनिदान करत असत. बसंतकुमारांची खात्री होती, की त्यांना नोकरीत घेण्याचा निर्णय अत्यंत योग्य आहे. डॉ. गायतोंडे यांची कामाची पद्धत इतकी परिणामकारक होती की तिला तुलनाच नव्हती. त्यांना पैशात फारसा रस नव्हता. ज्या वेळी त्यांचा पगार वाढला त्यावेळी त्यांनी बसंतकुमारांना सांगितले, 'मला याची गरज नाही. माझ्या गरजा मर्यादित आहेत आणि माझ्या आहे त्या पगारात साऱ्या भागतात.' पाहता पाहता एक दिवस गायतोंडे हे सेन्चुरी एन्का या प्रचंड उद्योगसमूहाचे अध्यक्ष झाले. हे सारे घडत असताना एकदा काही प्रश्न निर्माण झाले आणि त्यांनी राजीनामा दिला. अनेक आंतरराष्ट्रीय कंपन्यात अशी प्रथा असते, की राजीनामा आल्यावर तो लगेच स्वीकारावा आणि त्याला दाखवून द्यावे की तुमच्यावाचून आमचे काहीच अडत नाही, पण बसंतकुमारांचे नेतृत्त्व वेगळ्याच प्रकारचे आहे. त्यांनी डॉ. गायतोंडेंना बोलावून सांगितले की 'तुमचा राजीनामा मी स्वीकारत नाही. तुमच्या वाटेत काही अडचणी आहेत आणि त्याची मला जाणीव झालेली आहे. मी त्या दूर करीन' यानंतर गायतोंडे यांनी राजीनामा मागे घेतला. चांगले कर्मचारी मिळवणे आणि टिकवणे हा कोणत्याही उद्योगाचा खरा आत्मा आहे आणि त्यांच्यामुळेच तो उद्योग यशस्वी होत असतो.

बिर्ला कुटुंबातील तरुण मंडळी मोठ्या जोमाने पुढे जात होती आणि अशा वेळी सर्वच कुटुंबाकरता काही मार्गदर्शक तत्त्वे ठरवावीत, काही कामाची विभागणी करावी अशा हेतूने बसंतकुमारांनी दिल्लीला बिर्ला हाऊसमध्ये सर्वांना बोलावले.

उद्योगधंद्याचे धोरण काय असावे? एकमेकांशी नाती कशी असावीत याचा विचार केला गेला. एकाच घरात एकमेकांशी स्पर्धा करू नये म्हणून एक उद्योग एकाकडेच असावा असे ठरले. त्यानुसार बसंतकुमार आणि कृष्णकुमार यांच्याकडे कापड व्यवसाय आला. साखरधंदा कृष्णकुमारांकडे गेला. तागाचा उद्योग माधवप्रसाद तर कागदाचा उद्योग गंगाप्रसाद यांना द्यावा. यावेळी बसंतकुमार म्हणाले, 'मला काही बोलायचे आहे. तुमच्या कोणाची हरकत नसेल तर मला चहा आणि हवाई वाहतूक यात रस आहे.' कुणाचीच हरकत नव्हती. बसंतकुमारांनी चहाचे मळे खरेदी केले, एक विमान कंपनी खरेदी केली. वेळोवेळी ते आपल्या योजना वडिलांना सांगत असत. बसंतकुमार म्हणाले की, 'अन्नामलाईच्या डोंगरात काही चहाचे मळे विकावू आहेत, ते मी घ्यावेत असे म्हणतो.' घनश्यामदासांना हे पसंत नव्हते. ते म्हणाले, 'चहा हा काय उद्योग आहे? एकप्रकारे ती शेतीच आहे.' पण आपल्या मेव्हण्याच्या मदतीने बसंतकुमारांनी वडिलांची कशीबशी संमती मिळवली आणि त्यांचा हाही उद्योग यशस्वी झाला.

बसंतकुमार : व्यवस्थापनाचे विद्यापीठ

शेवटी कोलकात्याला उद्योगाची वाटणी कशी करावी यासाठी सगळे जमले. वेगवेगळ्या बिर्ला कुटुंबांचे प्रतिनिधी आणि वकील मंडळीही हजर होती. संपत्ती म्हटली की तिथे भांडणाचा राक्षस उभा राहतो. वडिलधाऱ्या मंडळीत अध्यात्म आणि नातेसंबंध यांची जी जाण होती ती पुढील पिढीत असणे कठीण, त्यामुळे चर्चेला हळूहळू वादाचे स्वरूप आले आणि उद्योग आणि संपत्तीच्या विभाजनाचा हा विषय एक वर्षपर्यंत लांबला. या वाटणीत सेंचरी स्पिनिंग ही पिलाणीतील गुंतवणूक सोडून बाकीच्या उद्योगाची वाटणी झाली. नफा करणाऱ्या २३ कंपन्यांपैकी १६ कंपन्या बसंतकुमार आणि आदित्यविक्रमच्या वाट्याला आल्या. या कंपन्यांची एकूण संपत्ती ९३० कोटी आणि वार्षिक उलाढाल १३०० कोटी होती.

कुमारमंगलम् म्हणतो, "वयाच्या ८५ व्या वर्षीसुद्धा बसंतकुमार सकाळी ९ ते ५ अखंड काम करतात. जेवणाची सुट्टीही घेत नाही. त्यांच्यातला एक मोठा गुण म्हणजे भेटायला आलेल्यांना ते आश्वस्त करतात. सभा असेल तर सर्वांना बोलायची संधी देतात. काही माणसं पुष्कळदा आपल्या व्यवसायातील स्थानामुळे संभाषणाची मोनोपॉली स्वत:कडे ठेवतात, पण बसंतकुमारांनी असे कधी होऊ दिले नाही. औपचारिक अर्थाने बसंतकुमार हे व्यवस्थापन शिकायला कुठे गेले नाहीत. अनेक अर्थाने ते स्वत: एक व्यवस्थापनाची प्रशाला आहे. व्यवस्थापनाचे ते एक चालतेबोलते विद्यापीठ आहे. माणसाचा व्यवसाय आणि माणुसकी याची फारकत त्यांनी कधीच होऊ दिली नाही.

माणसाचे चारित्र्य आणि नीतिमत्ता शिकून येत नसते, ती लहानपणच्या संस्कारातूनच फुलत जाते.''

१९४७ ला स्वातंत्र्यप्राप्तीनंतर दिल्लीच्या बिर्ला हाऊसमध्ये गांधींजी राहिले. तिथेच त्यांच्या प्रार्थनासभा होत असत. त्याला अपरंपार गर्दी होत असे. इथेच प्रार्थनासभेच्या वेळी ३० जानेवारी १९४८ ला नथुराम गोडसे यांनी गोळ्या घालून त्यांची हत्या केली. पुढल्या काळात मात्र पंतप्रधान नेहरू आणि बिर्ला यांच्यातील संबंध तणावाचे झाले. या बिर्ला हाऊसचे रूपांतर राष्ट्रीय स्मारक म्हणून करावे अशी नेहरूंची सूचना बसंतकुमार बिर्लांनी अनेक वेळा नाकारली. अनेकदा नेहरूंनी बसंतकुमारांवर दबाव आणण्याचा प्रयत्न केला. पण बसंतकुमार म्हणाले, 'हे घर म्हणजे बापूंची आठवण आहे. त्यांचे चरित्र आणि चारित्र्य याचा एक सुवर्णकोश आहे. माझ्या दृष्टीने मी केव्हाही या पुस्तकाची पाने उलगडून त्यातून स्फूर्ती घेईन. इथल्या भूतकाळाच्या क्षणाक्षणांनी माझ्या आयुष्याचे वस्त्र विणले आहे.' पण नेहरूंची समजूत काही पटली नाही. शेवटी १९७१ साली भारत सरकारने एकतर्फी निर्णय करून बिर्ला हाऊस ताब्यात घेतले. त्याचे नामकरण 'गांधी सदन' असे केले आणि सरकारने ते राष्ट्राला समर्पण केले. बसंतकुमार आणि त्यांच्या कुटुंबाला आपला मुक्काम तेथून हलवून दुसऱ्या एका भाड्याच्या बंगल्यात करावा लागला. नंतर त्यांनी अमृता शेरगील मार्गावर मंगलम् नावाचा बंगला बांधला. झाले हे सर्व अन्यायाचे आहे असे एका मित्राने म्हटल्यावर बसंतकुमार म्हणाले, 'न्याय आणि अन्याय या दोनही गोष्टी परमेश्वराने ठरवायच्या. आपण कोण ठरवणार? आपल्या आयुष्यातील अध्यात्मवृत्तीने आपण आपली निरांजने तेवत ठेवावीत आणि त्याचा प्रकाश कमी होणार नाही, याची काळजी घ्यावी.' सरलाजींनासुद्धा हे घराचे रूपांतर फारसे पसंत नव्हते. पण त्यांनी या विषयी 'जे जे होईल ते ते पाहावे' अशा वृत्तीने मौन ठेवले आहे.

पिलाणी संस्थेची स्थापना

आपल्या नातवाला शिक्षणासाठी अमेरिकेत पाठवावे लागले आणि भारतात त्या तोडीची शिक्षणसंस्था नसावी याचा खेद घन:श्यामदासांना होता म्हणून अमेरिकेहून परत आल्यावर घनश्यामदासांनी जर कोणती गोष्ट प्रथम केली असेल, तर ती म्हणजे आंतरराष्ट्रीय दर्जाची आणि विज्ञानाची बूज असणारे अजून एक विद्यापीठ स्थापन करण्याचे ठरवले, आणि यातूनच 'बी.आय.टी.एस.' म्हणजे 'बिर्ला इन्स्टिट्यूट ऑफ टेक्नॉलॉजी ॲन्ड सायन्सेस, पिलाणी' याची १९६४ साली स्थापना झाली आणि घनश्यामदास त्याचे अध्यक्ष झाले. पिलाणीच्या या संस्थेचे वैशिष्ट्य हे आहे की येथे

कुठल्याही तऱ्हेचे पूर्वग्रह घेऊन ही संस्था चालवली जात नाही. सत्याचा आणि विज्ञानाचा शोध हाच या संस्थेचा एकमेव हेतू आहे. पिलाणीच्या संस्थेने अमेरिकेतील एम.आय.टी. बरोबर करार करून तिकडचे प्रोफेसर इकडे आणि इकडचे प्राध्यापक तिकडे पाठवण्याची व्यवस्था निर्माण केली. सेमेस्टर सिस्टीम सुरू केली. या शिक्षण संस्थेचे उद्योगाशी संबंध जोडून विद्यापीठीय शिक्षण आणि उद्योगव्यवहार यांची सांगड घातली. आज पिलाणीची संस्था ही सर्व जगात उत्कृष्ट मानली जाते आणि हे अमेरिकेतील एम.आय.टी.ने ही हे मान्य केले आहे. स्वातंत्र्योत्तर काळात टाटांनी स्थापन केलेल्या 'नॅशनल इन्स्टिट्यूट ऑफ सायन्स' आणि 'टाटा इन्स्टिट्यूट ऑफ फंडामेंटल रिचर्स' 'टाटा इन्स्टिट्यूट ऑफ सोशल सायन्सेस' ज्या स्थापन झाल्या त्याच पद्धतीने बिर्लांनी स्थापन केलेली पिलाणी येथील संस्था जागतिक मान्यता मिळवून आहे.

पाचव्या दशकाच्या अखेरीस मात्र बिर्ला उद्योगाला खूप राजकीय विरोधाचा सामना करावा लागला. हा विषय लोकसभेपुढे मांडला गेला. भारतातील कम्युनिस्ट पार्टीच्या खासदारांनी पुढाकार घेऊन बिर्लाविरोधी आघाडी उभी केली. दुर्दैव असे की, दालमिया आणि जैन यांच्यासारखे उद्योगपतीही बिर्लांविरोधात उभे राहिले. बिर्लाच्या विरुद्ध एकच तक्रार होती, ती म्हणजे युद्धकाळात बिर्लांनी प्रचंड पैसे मिळवले. बिर्लांचे उत्तर सोपे होते, 'इतर यंत्र निर्मात्यांप्रमाणे आम्हीही यंत्रे तयार केली आणि विकली. यात चूक ती काय?' हे उत्तर योग्यच होते. पण बिर्ला घराण्याविरुद्ध माध्यमे आणि कम्युनिस्टांनी उभारलेल्या विरोधाला आपण गप्प बसून उत्तर देऊ नये की काय करावे? हा प्रश्न होता. बसंतकुमारांनी या सर्व पर्यायांचा विचार केला आणि लोकसभेचे मत आपल्या बाजूला वळवावे असा विचार केला. खासदारांना बिर्लांची भूमिका पटली. लोकसभेच्या सदस्यांपैकी ७५% सदस्य बिर्लांच्या बाजूने उभे राहिले आणि योग्यवेळी पंतप्रधानांबरोबर समोरासमोर चर्चा करून हा प्रश्न सोडवण्यात आला.

बिर्ला कुटुंबातील काही मंडळींनी कोलकत्ता सोडून दिल्ली येथे प्रस्थान केले. बसंतकुमार मात्र या दोन शहरात येरझाऱ्या घालत असत. बसंतकुमार यांनी पहिल्यापासून उद्योगांच्या बाबतीत दूरदृष्टी दाखवली होती म्हणून बिर्ला उद्योगाचे ते शक्तिस्थान बनले होते. त्यांची उद्योगांच्या बाबतीत जी तज्ज्ञता होती, जी दूरदृष्टी होती त्यामुळे त्यांना आता थांबवणे किंवा अडवणे कोणालाही शक्य नव्हते. दोन समान उद्योजकांच्यात कुणाची सरशी होते? ज्या उद्योजकामध्ये बुद्धी, नियोजनाची शक्ती आणि दूरदृष्टी हे महत्त्वाचे गुण आहेत तो यशस्वी होतो. पण याखेरीज यश मिळवण्याकरता काही आणखी वेगळ्या गुणांचीसुद्धा गरज असते. ते गुण वरकरणी दिसत नाहीत पण त्यांचे परिणाम मात्र दिसून येतात. बसंतकुमारांच्यात हे वेगळे गुण जन्मजात होते. त्यामुळेच दैनंदिन

व्यवहारातून त्यांना मिळालेले अनुभवाचे शहाणपण आणि योग्यवेळी निर्णय घेण्याची शक्ती यामुळे युद्धकाळात बिर्ला उद्योगांनी किंवा बसंतकुमारांनी प्रचंड यश मिळवले. योग्य किंमतीत त्यांनी अनेक कंपन्या विकत घेतल्या आणि त्यांचे रूपांतर जणू टांकसाळीत केल्यामुळे त्या कंपन्यांनी प्रचंड नफा मिळवला. ज्या धंद्यात त्यांना पुष्कळ यश आले ते उद्योग होते लोखंड, पोलाद, कापूस, साखर, कोळसा, कागद, सिमेंट आणि कातडी. या सर्व उद्योगात बिर्लांच्या कंपन्या अग्रेसर ठरल्या. लोखंड आणि पोलाद यांच्या बाबतीत हेच कायम घडत पुढे राहिले.

कामगार संबंध

ऑस्ट्रेलियातील उद्योग विभागाचे कमिशनर एकदा बसंतकुमारांच्याबरोबर कामगार संबंधाविषयी चर्चा करत होते. जुन्या माणसांचा काढून टाकून नव्या कामगारांना नेमल्याने उद्योगाचा किती आर्थिक फायदा होतो हे ते कमिशनर पटवत होते. बसंतकुमारांचे धोरण अगदीच वेगळे होते आणि माणसे काढून टाकणे आणि त्यातून आर्थिक फायदा बघणे ही कल्पनाच त्यांना पसंत नव्हती. कमिशनर म्हणाले, 'एखादा कामगार जर पुरेसे काम करत नसेल आणि तो उद्योगधंद्यावर ओझे बनून राहिला असेल तर त्याला काढण्यावाचून उपाय काय?' बसंतकुमार प्रश्नाला प्रश्नानेच उत्तर देत होते ते म्हणाले, 'जिवंत जाणत्या कामगाराला तुम्ही जड ओझे मानूच कसे शकता? बाजारात वेगवेगळी कौशल्ये असणारे कामगार उपलब्ध असतात, त्यांच्या निर्मितीची पातळी वेगवेगळी असते.' बिर्लांची उद्योगनीती अशी की ते म्हणत, 'परमेश्वराच्या कृपेने जेव्हा कारखाना उभा राहतो तो केवळ कामगारांना काम मिळावे म्हणून नाही तर त्या कामगारांचे चरित्र घडावे, व्यक्तिमत्त्व तयार व्हावे आणि त्याचा समाजाला उपयोग व्हावा म्हणून. मालक कामगार संबंध ईश्वरी देणे आहे असेच मानले पाहिजे. एखाद्या कामगाराची कामाची पातळी कमी झाली तर त्याला एकवेळ प्रमोशन देऊ नये पण त्याला काढून टाकावे हे आमच्या उद्योगनीतीत बसत नाही. कामगार फसवाफसवी किंवा भ्रष्टाचार करत असेल तरी त्याला सांगून, शिकवून बदलता आले तर पाहावे अशीच आमची उद्योगनीती आहे. कारखान्याचा मालक म्हणून मालक आणि कामगार संबंध ही फार गंभीर अशी सामाजिक जबाबदारी आहे असेच आम्ही मानतो.' ते ऑस्ट्रेलियन गृहस्थ म्हणाले, 'आम्ही आमच्या चांगल्या कामगारांना पगारी सुट्टी देतो. उत्तम हॉटेलात ठेवतो त्यामुळे त्यांच्या कामाला प्रोत्साहन मिळते.' बसंतकुमार म्हणाले, 'आम्ही असे काही करत नाही. कामगारांना त्यांच्या पगारात टीव्ही घेणे परवडतेच असे नाही. आम्ही त्यांना सांगतो, तुम्ही बाजारात जाऊन ठोकभावाने पसंत असलेला टीव्ही घ्या, जो तुम्हाला

१३३ रुपयांना पडतो तो आम्ही तुम्हाला १०० रुपयांना देऊ. उरलेले ते पैसे तुम्ही तीन वर्षांत परत करावे, त्यावर व्याज लावले जाणार नाही. आम्ही ही योजना अंमलात आणली त्याचे फायदे खूप झाले. घरी टीव्ही आल्याने कामगारांचे दारू पिणे कमी झाले. त्यांच्या बायका समाधानी बनल्या. कुटुंबातील वातावरण सुधारले. याचा परिणाम म्हणजे अप्रत्यक्षपणे कामाच्या उत्पादनाची पातळी सुधारली. ज्यावेळी कारखान्यात वेगवेगळ्या पाच थरांतील लोकांची सभा होते त्यावेळी मी सर्वात खालच्या दर्जाच्या माणसाला आधी विचारतो, त्यांच्या अडचणी समजावून घेतो. उत्पादन सुधारण्यासाठी काय करावे याबद्दल त्यांचे मत घेतो. कारण वरिष्ठांना आधी विचारले तर त्यांच्या मताशी असहमती दाखवणे किंवा वेगळा विचार मांडणे कनिष्ठ श्रेणीतील कामगारांना शक्य होत नाही.' सुरुवातीला कामगारांच्या कामाची पातळी किंवा उद्योगातील शांतता याविषयी अनेकांना शंका वाटत होती, पण बसंतकुमार आपल्या धोरणाशी ठाम होते. त्यांच्या या धोरणामुळे सबंध कंपनी कामाच्या ओढीने अधिक निर्मिती व्हावी म्हणून प्रयत्न करू लागली. त्यांच्याकडे असणारी माणसे ३०-४० वर्षे टिकून आहेत आणि बसंतकुमारांसारख्या नेत्याबरोबर काम करताना त्यांना नेहमीच सुरक्षित वाटले आहे.

पुण्याला हॉस्पिटल काढल्यानंतर आपल्या भाषणात बसंतकुमार म्हणाले, 'हे हॉस्पिटल पुण्यातील उत्तम हॉस्पिटल झाले पाहिजे, इथे उपचाराच्या आणि निदान करण्याच्या सर्व सुविधा असायला हव्यात. हॉस्पिटल हे केवळ बिर्ला कंपनीतील लोकांसाठी न राहता ते सर्व समाजासाठी असले पाहिजे.' त्या दिवशी बोलताना कुमारमंगलम् म्हणाले, ''बिर्ला कुटुंब हे स्वत:करता नाही तर समाजाकरता जगते. कामगारांच्या सुखदु:खात सहभागी होते. त्यांच्या अडचणीच्या काळात त्यांच्या मागे उभे राहते. हे असे करण्याची त्यांच्यावर कुणी सक्ती केली नाही. आजकालच्या युगात तुम्ही एखाद्या कंपनीत ३-४ वर्षे काम केल्यावर नोकरी बदलली जाते. लोक नोकरीला येतात ती पुढची नोकरी शोधण्यासाठी. कदाचित हे नव्या युगाचे विचार असतील, पण आमचा अनुभव वेगळा आहे. कारखान्यांची ज्या वेळी भरभराट होत असते त्या वेळी हे कामगार घट्ट पाय रोवून उभे राहतात आणि व्यवस्थापनाच्या खांद्याला खांदा लावून दूरवर दिसणाऱ्या विकासाची स्वप्नं साकार करतात त्याचवेळी हे घडू शकते.''

७

आदित्यविक्रमची कॅन्सरशी झुंज

आदित्यविक्रम आणि पुढची पिढी

बसंतकुमारांच्या उद्योगाचे साम्राज्य दिवसेंदिवस वाढत गेले. भारतीय उद्योगात ते एक प्रतिष्ठेचे नाव झाले. त्यांचा मुलगा आदित्यविक्रम बिर्ला हा अमेरिकेतील शिक्षण घेऊन भारतात परत आला. धंदा कसा चालवावा या विषयीच्या आदित्यच्या आधुनिक आणि स्वतंत्र कल्पना होत्या. तो आल्यानंतर बसंतकुमारांनी जी पहिली गोष्ट केली ती म्हणजे हिंदुस्थान गॅस कंपनीचे नेतृत्त्व आदित्यविक्रमकडे सोपविले. त्याला उद्योजकाचा परवाना मिळवून दिला आणि त्याच्याकडे कापड गिरणीचे कामही सोपवले. साधारणपणे १९८० च्या सुमारास आदित्यने ठरवले की, आपण बाजारात 'कन्व्हर्टिकल डिबेंचर्स' आणावेत. भांडवल उभे करण्याचा हा एक वेगळाच मार्ग होता. बसंतकुमारांनी याला संमती दिली, पण घनश्यामदास मात्र या कल्पनेमुळे अस्वस्थ झाले, रागावले, आकांडतांडव केले, पण बसंतकुमारांनी त्यांचे सर्व म्हणणे ऐकून घेऊन आदरपूर्वक आपली बाजू मांडली आणि आपल्याच विचाराने आदित्यविक्रमला पाठिंबा दिला.

उत्कृष्ट शिक्षणासाठी आदित्यविक्रमला अमेरिकेत पाठवले

१९५२ साली ज्यावेळी बसंतकुमार यांचा मुलगा आदित्यविक्रम याला इंजिनिअरिंग आणि तंत्रज्ञानाच्या शिक्षणासाठी परदेशी पाठवण्याचा विचार झाला त्यावेळी या उच्च शिक्षणासाठी त्यांनी ''मॅसॅच्युसेट्स इन्स्टिट्यूट ऑफ टेक्नॉलॉजी'' (एम.आय.टी) या विश्वविख्यात इन्स्टिट्यूटची निवड केली. आदित्यचे आजोबा घनश्यामदास बिर्ला यांना मात्र हे अजिबात पसंत नव्हते. इतक्या तरुण वयात आपल्या नातवाला परदेशी पाठवायचे हे त्यांना पसंत नव्हते, परंतु शेवटी बसंतकुमार आणि

आदित्यविक्रम यांच्या आग्रहापुढे मान तुकवून परवानगी दिली. याचा परिणाम एवढा झाला की ज्यावेळी घनश्यामदास स्वत: अमेरिकेला गेले होते त्यावेळी त्यांनी आदित्यला सांगितले की, दररोज सकाळी फोन करून मला तुझी माहिती कळायला हवी.

सरला बिर्ला या नेहमी आनंदी असायच्या, पण आदित्यच्या आजाराने त्यांचे व्यक्तिमत्त्व एखाद्या समाधीच्या संगमरवरी दगडासारखे थंडगार झाल्यासारखे वाटले. खरा प्रश्न असा आहे की, ज्यावेळी कोणत्याही शब्दात किंवा कोणत्याही पद्धतीने रुग्णाचे मरण अटळ आहे असे डॉक्टर सांगतात त्यावेळी कुटुंबावर केवढा डोंगर कोसळतो? अशावेळी रुग्णाच्या कुटुंबाने काय करायचे? ज्यावेळी कॅन्सरसारख्या रोगाला आपले भक्ष्य सापडते त्यावेळी तो रोग एका माणसाचा राहत नाही तर त्याच्यावर प्रेम करणाऱ्या साऱ्या माणसांचा होतो. मग या रोगाने निर्माण होणारी भीती कशी घालवायची? या रोगाविषयी कोणीच काहीच बोलायचे नाही. अशी मूक राहण्याची शिक्षा भोगताना चेहऱ्यावरचे भाव कसे जपायचे, भीती कशी लपवायची निराशेच्या काळ्या बोगद्यातून जिथे प्रकाश दिसेल तिथपर्यंत बाहेर कसे पडायचे? या रोगामुळे आपल्या भोवतालचे सारे जग तुटून फुटून जात असते. असे असताना या कुटुंबाने काय करायचे? याला ईश्वरी आधार, आध्यात्मिक शांतता प्रार्थना आणि काळ हेच उत्तर असू शकते.

१ ऑक्टोबर १९९५ यादिवशी आदित्यविक्रम बिर्ला हे वारले. आपल्याला कॅन्सर आहे हे समजल्यावर जितक्या व्यवस्थितपणे त्यांनी आपल्या उद्योगाचे नियोजन आणि व्यवस्थापन केले तितक्याच नेटकेपणाने त्यांनी राजश्रीला – आपल्या पत्नीला पुढच्या आयुष्यात घरात आणि ते नसतानाची उद्योगात येणारी जबाबदारी पेलण्याची शक्ती आणि शिक्षण दिले. मरणापूर्वी त्यांनी आपल्या पत्नीच्या मनाची तयारी करून ठेवली होती, आपण नसताना आपले घर आणि उद्योग कसे सांभाळावे याचे प्रशिक्षण आदित्यविक्रमने आपली पत्नी राजश्री हिला दिले होते. ज्या ज्यावेळी आदित्य अशी सारवासारवीची भाषा करू लागे त्यावेळी राजश्रीला ते खूप अवघड आणि नको नकोसे वाटे, पण आदित्यचा स्वभाव लक्षात घेऊन राजश्रीने हे धडे गिरवायला सुरुवात केली. आदित्यच्या मरणानंतर ज्या धैर्याने राजश्रीने आयुष्याला तोंड दिले ते मुख्यत: आदित्यच्या शिकवणीमुळेच. आजवर राजश्रीच्या आयुष्याचा केंद्रबिंदू फक्त आदित्यच होता. त्याच्या मरणानंतर मोठ्या धीराने तिने घर आणि उद्योगाकडे लक्ष द्यायला सुरुवात केली. आदित्यने तिच्याकरता ठेवलेल्या पैशाचा तिने सार्वजनिक हिताच्या कामासाठी खर्च करायला सुरुवात केली. आदित्यची इच्छा होती की पुण्याला एक चांगले हॉस्पिटल बांधावे. ही इच्छा लक्षात घेऊन राजश्रीने आदित्यचे हे स्वप्न पूर्ण केले आणि आज पुण्याला अभिमान वाटावा असे भव्य हॉस्पिटल उभे राहिले आहे.

सरलाजी म्हणतात, 'मला माझ्या सुनेचा अभिमान आहे. आमचा मुलगा हयात असेपर्यंत तिच्यात असणाऱ्या सहनशक्तीची आणि आदित्यची स्वप्ने पूर्ण करायला लागणाऱ्या शक्तीची आम्हाला कल्पनाच नव्हती.' राजश्री म्हणतात, ''आदित्य वारल्यानंतर ज्या काळजीनं आणि प्रेमानं माझ्या सासू-सासऱ्यांनी मला सांभाळले, त्यामुळेच या तीव्र वेदनेला मी तोंड देऊ शकले. माँ आणि काकोजी हे सदैव माझ्यापाठी ईश्वरी वरदानासारखे उभे राहिले. वयाच्या १७ व्या वर्षी मी सासरी आले. त्यावेळी घरातले वातावरण खूप मोकळे होते आणि मला घरात विचारा-आचाराचे खूप स्वातंत्र्य होते. मुलांनी आई-वडिलांकडून शिकावे त्याप्रमाणे मी माझ्या सासू-सासऱ्यांकडून शिकले.'' सरलाजींनी काहीही सांगितले की, राजश्री ज्या आदराने आणि प्रेमाने 'हां माँ' म्हणते त्या उच्चारातच सारा आदर नकळत व्यक्त होत असतो.

राष्ट्रीय परिषद

कोलकात्यामध्ये औद्योगिक व्यवस्थापनाची राष्ट्रीय परिषद भरली असताना आदित्यविक्रम याने आपल्या भाषणाने सर्वांची मने जिंकून घेतली. तो म्हणाला, ''आज भारत औद्योगिक क्रांतीच्या उंबरठ्यावर आहे. भारतीय उद्योगाला यशाची नवनवीन शिखरे पादाक्रांत करायची आहेत. भारतातील उद्योगाचा विकास झपाट्याने करून जगात विकसित देश म्हणून भारताला नाव मिळवायचे आहे. आपण हा नवीनच रस्ता आखतो आहोत. आपल्याला भारतात तयार झालेल्या वस्तूंसाठी नवनवीन बाजारपेठा शोधायच्या आहेत. जे आपल्या स्वप्नातही नाही. त्याचे उत्पादन करून जागतिक बाजारपेठेत स्थान मिळवायचे आहे. जगातल्या देशोदेशीच्या सीमा आता अस्पष्ट होऊ लागल्या आहेत. आपल्याला तंत्रज्ञानाच्या क्रांतीमुळे भारतातील उद्योगांना आता फार मोठी संधी मिळते आहे. या दिशेने आपली वाटचाल सुरू व्हायला हवी.'' आदित्यचे हे विचार ऐकून बसंतकुमार आणि घनश्यामदास बिर्ला यांना मनस्वी आनंद झाला आणि आपल्या दोघांच्याही पुढे आपला मुलगा जातो आहे, आपला औद्योगिक क्षेत्रातला द्रष्टा आपल्या मुलाला मानले जात आहे हे पाहून त्यांचे डोळे पाणावले. 'पुत्रात् इच्छेत् पराजयं' हेच खरे.

यानंतर पुढच्या काळात घनश्यामदासांची मनोवृत्ती मात्र पुष्कळशा प्रमाणात निराशेची होऊ लागली. पत्नीचा मृत्यू, भावाचा मृत्यू यामुळे घनश्यामदास एकलकोंडे होत चालले होते, त्यामुळे ते पुष्कळसा वेळ बसंतकुमार आणि सरला यांच्या संगतीत घालवत असत. त्यांच्या आयुष्यात त्यांचा नातू कुमारमंगलम् पुढे आल्यावर त्यांचे मन अभिमानाने आणि आनंदाने भरून येत असे.

आदित्यविक्रमच्या परदेशी कंपन्यांचा प्रसार थायलंड, मलेशिया, इंडोनेशिया आणि फिलिपिन्समध्ये पसरला होता. बसंतकुमार आणि सरलाजी मधून मधून सर्व कारखान्यांना भेट देत असत. पण जूनमध्ये सामानाची बांधाबांध करताना, दौऱ्यावर जाताना बसंतकुमारांच्या मनाची चलबिचल होत होती. ते म्हणाले, 'आपण पासपोर्ट बरोबर घेऊन जाऊ.' त्यांच्या आतल्या आवाजाची ही सूचना त्यांनी मानली आणि त्यांना आदित्याच्या अखेरच्या भेटीसाठी अमेरिकेला जावे लागले.

आदित्याची अखेर

आदित्य वारल्यानंतर त्यांचे शव घेऊन जेव्हा बसंतकुमार आणि सरलाजी परत आले त्यावेळी तिथे जमलेल्या जमावाला भावनावेग अनावर झाला. कोणीही काहीच बोलू शकले नाही. श्रीकांत मंत्री हे कुटुंबाचे एक जवळचे स्नेही. बाणगंगेला दहनविधी करून परत आल्यावर बसंतकुमारांनी त्यांना प्रश्न विचारला, 'आदित्यच्या शांतीसाठी प्रवचन कधी ठरले आहे?' श्रीकांत म्हणाले, 'आपण नंतर बोलू.' पण बसंतकुमार म्हणाले, 'नाही. पूर्वी ठरल्याप्रमाणेच हे सर्व कार्यक्रम पार पाडलेच पाहिजेत.'

सरलाजींच्या अंतःकरणात अजून कळ आणणारी एक आठवण आहे, आदित्यला घेऊन अमेरिकेला जाण्याची ती शेवटची वेळ. शेवटपर्यंत आपण जाऊ की नाही याची शाश्वती नव्हती. कॅन्सर झाला ही सर्वांपासून लपवलेली गोष्ट होती. पण डॉक्टरांनी सांगितले होते की, आता कॅन्सर आदित्यच्या सर्व शरीरभर पसरला आहे. हा रोग प्रत्येक जात्या दिवसाबरोबर आदित्यची सारी जीवनशक्तीच जणू शोषून घेत होता. त्यांच्या मनात आदित्याच्या मरणाची एक अनामिक भीती होती त्यामुळे ते दोघेही सरळ बोस्टनला गेले.

अमेरिकेला उपचारासाठी जाण्यापूर्वी ते सर्व बँकाँकला गेले होते. बँकॉकला पोहचल्यावर आदित्य आनंदी आणि तरतरीत दिसत होता, फक्त थोडा थकलेला दिसत होता इतकेच. बँकॉकला दिलेल्या राजकीय भोजनसमारंभानंतर अभिमानाने बसंतकुमारांचे अंतःकरण भरून आले. आशियातील अनेक देशांचे पंतप्रधान, मंत्री आणि जागतिक स्तरावरील उद्योगपती त्या समारंभाला उपस्थित होते. तिथल्या भाषणात आदित्यने बिर्ला उद्योगाला आणि पर्यायाने भारतीय उद्योजकांना औद्योगिकविकासाची जी नव-नवीन क्षितिजे दाखवली त्यामुळे त्याने त्याचे आजोबा घनश्यामदास यांची सर्व स्वप्ने पूर्ण केली असे बसंतकुमारांना वाटले.

आदित्यने आपला आजार आणि दुःख झाकून ठेवण्यासाठी केवढे अचाट प्रयत्न केले याची कल्पना राजश्रीला होती. बँकॉकच्या प्रेस कॉन्फरन्सच्या वेळी येणाऱ्या

पत्रकारांना आपल्या आजाराची कोणतीही कल्पना आदित्यला द्यायची नव्हती. पत्रकार परिषदेपूर्वी त्याला थोडे गरगरायला लागले. तो राजश्रीला म्हणाला, 'तू पुढे जाऊन पत्रकारांशी बोलायला सुरुवात कर. मी थोडा पडतो आणि अर्ध्या तासाने येतो.' थोड्या विश्रांतीनंतर आदित्य पत्रकार परिषदेत आला. त्यावेळी त्याच्या हसतमुख चेहऱ्यावरून कुणालाही कल्पना आली नाही की, मृत्यू त्याला मिठी मारून बसला आहे. यानंतर वर्षभरातच आदित्यचा मृत्यू झाला. त्यामुळे बँकॉकला त्याजागी आपण पुन्हा कधीच जाऊ नये असे बसंतकुमार आणि सरलाजींना वाटे कारण त्या आठवणी फार वेदनादायक आहेत.

भारत सरकारच्या उदारीकरणाच्या धोरणाला अनुसरून आदित्यने उद्योग विकासाचे जणू महाद्वारच उघडले. थायलंडमध्ये स्थापन केलेल्या त्याच्या प्रत्येक कंपनीचा विकास इतका झाला की, आदित्यनंतर त्याचा मुलगा कुमारमंगलम् याला अपरंपार स्तुती आणि प्रशंसा मिळाली. थायलंड कार्बन ब्लॅक कंपनी आणि ऑरगॅनिक कंपनी यांचा विकास प्रचंड झाला आणि फार झपाट्याने झाला. इतकेच नाही तर चार रासायनिक कंपन्या एकत्र येऊन त्यांचे नाव आदित्य बिर्ला केमिकल्स असे ठेवण्यात आले आणि आज ती कंपनी सोळाशे कोटी रुपयांचा धंदा करते. अशीच स्थिती थाय रेऑन कंपनीची आहे.

आदित्य बिर्लाच्या मृत्यूमुळे एक दूरदर्शी उद्योगपती भारताने गमावला. बिर्ला घराचा प्रकाशच गेला. आदित्यने स्थापन केलेल्या कंपन्यांची धुरा कुमारमंगलम्च्या बळकट खांद्यावर येऊन पडली. कुमारमंगलम्ने हे सारे काम नुसते सांभाळलेच नाही तर त्याचा फार मोठा विकास घडवून आणला.

सरलाजी, बसंतकुमार आणि राजश्री यांना असे वाटत होते की, बँकॉकला जायचे म्हणजे पुन्हा जुन्या दुःखद गोष्टींची खपली काढायची पण तिथे गेल्यावर कुमारमंगलम्ने केलेली कामगिरी पाहून त्यांचे सारे दुःख कुठल्या कुठे पळून गेले आणि आपल्या नातवाच्या कर्तृत्वाने बसंतकुमार आणि सरलाजींना पुन्हा एकदा ईश्वरी कृपेचा आणि शक्तीचा प्रत्यय आला.

आदित्यविक्रम सांगतो, 'मला बरं नाही हे कळत होतं. डॉक्टरांच्या चेहऱ्यावरून मला हे जाणवत होते की, माझ्या कॅन्सरचे स्वरूप मॅलिग्नंट आहे. डॉक्टरांच्या चेहऱ्यावरचे भाव आणि हे निराशेचे रोगनिदानाचे बोलणे ऐकल्यावर जीवनातला सगळा प्रकाश एकाएकी मरगळून गेल्यासारखा वाटला. रोग निदानाच्या बाबतीत जो काही थोडासा आशेचा किरण होता तोही मावळला आणि मरणकाळची वाट सुरू झाली असे वाटले. माझ्या मनावर एकाएकी एकलेपणाचे आभाळ भरून आल्यासारखे वाटले. माझ्या

काळजीखोर मनाला भयाने ग्रासले. माझ्या डोक्यातल्या सगळ्या शिरा कुणी तरी आवळून धरतेय असे वाटले. मला हे कळत नव्हते की, एकाच वेळी मिणमिणती आशा आणि गोठलेली निराशा एकत्र कशी राहू शकते? एका अनामिक भीतीने मला घाम येऊ लागला. हालचाल करू न शकण्याची आलेली दुर्बल स्थिती आपण मोडावी, हा केविलवाणा, अशक्तपणा टाळावा आणि पुन्हा एकदा झपाझप चालावे असे मनात आले. पण माझ्या पोटात मरणाच्या भयाने एक खड्डा पडल्यासारखे झाले. हृदयाचे ठोके वाढल्यासारखे झाले आणि कानातून रक्तही येईल असे वाटू लागले. खरे तर, रोगाबद्दलची पूर्ण समज येईपर्यंत ही लढाई शरीराची असते पण नंतर मात्र ही लढाई जीवन आणि मरण यांची होते. जीवनाचे हे कुरूक्षेत्र आपल्या मनातच असते. आता आधार उरतो एकच, तो त्या भगवंताचा.'

संपत्तीची विभागणी

बिर्ला घरातल्या मुली, मुले आता मोठी झाली. त्यांची मुलेही मोठी झाली त्यामुळे घनश्यामदासांना असे वाटे की आपण उद्योगाची वाटणी न करता देह ठेवला तर आपण कंपनीच्या भागीदारांचा विश्वासघात केल्यासारखे होईल. याउलट सरलाजींना वाटे की मुलांच्या बरोबरीने आपल्या दोनही मुली मंजुश्री आणि जयश्री मोठ्या झाल्या आहेत. त्यांना योग्य ती संधी मिळाली, मार्गदर्शन मिळाले तर त्याही पुढे येऊ शकतील. शेवटी बसंतकुमार आणि सरलाजींनी ठरवले की या विषयी आपण फार चर्चा करायची नाही. ईश्वराची जशी इच्छा असेल तसे घडत जाईल. बसंतकुमार आपल्या मुलींना दैनंदिन मार्गदर्शन करत होते. बिर्ला घरात त्यांचे अग्रक्रम ठरलेले आहेत. ईश्वर एक, कुटुंब दोन, आणि ईश्वराची कृपा आणि श्रद्धा याच्या आधारावर शेवटी व्यक्ती.

कोलकात्याला उद्योगाची वाटणी कशी करावी यासाठी सगळे जमले. वेगवेगळ्या बिर्ला कुटुंबांचे प्रतिनिधी आणि वकील मंडळीही हजर होती. संपत्ती म्हटली की तिथे भांडणाचा राक्षस उभा राहतो. वडीलधाऱ्या मंडळीत अध्यात्म आणि नातेसंबंध यांची जी जाण होती ती पुढील पिढीत असणे कठीण, त्यामुळे चर्चेला हळूहळू वादाचे स्वरूप आले आणि उद्योग आणि संपत्तीच्या विभाजनाचा हा विषय एक वर्षापर्यंत लांबला. नंतर या वाटणीत सेंचरी स्पिनिंग ही पिलाणीतील गुंतवणूक ही सोडून बाकीच्या उद्योगाची वाटणी झाली. नफा करणाऱ्या २३ कंपन्यांपैकी १६ कंपन्या बसंतकुमार आणि आदित्यविक्रमच्या वाट्याला आल्या. या कंपन्यांची एकूण संपत्ती ९३० कोटी आणि वार्षिक उलाढाल १३०० कोटी होती.

हे सगळे घडत असताना आदित्यविक्रम एका नव्या दिशेने विचार करत होता. भारतात नवीन आर्थिक धोरण आले होते. पंतप्रधान राजीव गांधी आणि त्यांचे अर्थमंत्री यांनी आर्थिकधोरणाला नवी दिशा दिली होती. या लाटेवर स्वार होऊन विकास कसा साधायचा याचा विचार आदित्यविक्रमच्या मनात होता. मंगलोर येथील पेट्रोकेमिकल कॉम्प्लेक्स आणि रिफायनरी याचे काम वाढत होते. उद्योगांच्या वाटणीने आदित्यविक्रमने सागर सीमा ओलांडून इतर देशात जायचे ठरवले, मलेशिया, थायलंड, इंडोनेशिया इथे आपल्या उद्योगाची स्थापना आणि विकास केल्यानंतर हळूहळू त्याने त्याचा मुलगा कुमारमंगलम् याच्याबरोबर भविष्यकालीन नियोजनाची चर्चा सुरू केली.

साडेसाती संपली नाही

आपला साडेसातीचा काळ संपला असे बसंतकुमार आणि सरलाजींना वाटते न् वाटते तोच १९९३ साली बाल्टीमोरच्या जॉन हॉपकिन्स हॉस्पिटलमधून आदित्यविक्रमच्या आजाराचे निर्णय आले. आदित्यला प्रोस्टेटचा कॅन्सर झाला होता. आपले सारे आयुष्यच देवाधीन आहे अशी सर्वांची कल्पना होती. पण घडायचे ते वेगळेच होते. बाल्टीमोरच्या डॉक्टरांच्या मनात ऑपरेशन करायचे होते पण पूर्ण तपासणीनंतर त्यांच्या असे लक्षात आले की, आदित्यच्या शरीरात कॅन्सर इतका पसरला आहे की, आता ऑपरेशन करूनही काही फायदा नाही. आदित्यविक्रमच्या उद्योगधंद्याचा पसारा आता इतका वाढला होता की त्याला कॅन्सर आहे याची बातमी जर बाजारात पसरली तर त्याचा उद्योगाच्या वाढीवर परिणाम होण्याचा संभव आहे. आदित्यविक्रमने हा नशिबाचा टोला मोठ्या धीराने झेलला. आता त्याच्यापुढे तीनच हेतू होते, त्याच्या कंपन्यातील व्यवस्थापनाची पद्धत अशी असावी की तो नसतानाही त्या कंपन्या व्यवस्थित चालू राहतील, दुसरा हेतू असा की, कुमारमंगलमूला उद्योगधंद्याच्या मोठ्या निर्णयस्थानी बसवायचे आणि तिसरा हेतू आपली पत्नी राजश्री हिला उद्योगापलीकडच्या संस्था, विश्वस्तनिधी यांची पूर्ण माहिती करून द्यायची म्हणजे आपल्या मृत्यूनंतर ती त्याची पूर्ण व्यवस्था बघू शकेल.

अतीव वेदनेच्या या वादळातही आदित्यविक्रमला आपल्या बहिणीची काळजी होती. तिला केवळ मुलगा नाही म्हणून घर सोडावे लागले होते. तिच्या एका मुलीने दुसऱ्या जातीत लग्न केल्याने तिला भावनिक धक्का बसला होता आणि तिला आता आधाराची गरज होती. याच काळात आदित्यविक्रमच्या जॉन हॉपकिन्सच्या वाऱ्या चालू होत्या. कधी आशा तर कधी निराशा. या काळातच कुमारमंगलम् आणि निरजा

यांना मुलगी झाली तिचे नाव अनन्यश्री असे ठेवले आणि या काळातील ती सर्वांत आनंदाची घटना होती.

घरच्या सर्वांनी मिळून केलेली थायलंडची सफर ही शेवटचीच. आदित्यविक्रमने उद्योगधंद्यात पाय ठेवल्याला २५ वर्षे पूर्ण झाली या आनंदाप्रीत्यर्थ ही सफर होती. या ट्रीपबद्दलही बोलताना बसंतकुमार म्हणतात की, ''या दौऱ्यात आम्ही एखाद्या देशाचे राष्ट्रपती किंवा पंतप्रधान असल्याच्या थाटात आमची व्यवस्था ठेवली गेली होती.'' या सफरीतच जेवढी खरेदी करता आली तेवढी बायकांनी केली. कधी नव्हे ते बसंतकुमारांनी स्वत:साठी एक चांगला सूट व शर्ट शिवून घेतला. स्वत:साठी काहीही न घेणाऱ्या बसंतकुमारांचे उत्तर होते, 'अहो, हे हिंदुस्तानपेक्षा खूप स्वस्त आहे म्हणून मी घेतले' आणि ते सरलाजींना म्हणाले, 'घनश्यामदासांसाठी तू अशा सफरी ॲरेंज करत होतीस मग आता माझ्या सुनेने केली तर काय हरकत आहे.' याआधी थोडे दिवस राजश्रीबरोबर त्यांनी पुण्याला भेट दिली कारण पुण्याच्या आदित्य बिर्ला मेमोरियल हॉस्पिटलचे काम त्यांना सुरू करायचे होते. पुण्याचे भव्य हॉस्पिटल हे आदित्यविक्रमचे स्वप्न होते, पण ते पूर्ण झालेले बघण्याचे मात्र त्याच्या नशिबी नव्हते.

बसंतकुमारांची स्थितप्रज्ञता

ज्यावेळी आदित्यला उपचारासाठी पुन्हा एकदा शेवटच्या वेळी अमेरिकेला जावे लागले, त्या वेळी बसंतकुमारांच्या मनात निर्माण झालेले वादळ सहन करणे त्यांना फार अवघड झाले होते. या विमान प्रवासात बसंतकुमार आणि सरलाजी यांना वास्तवाचे भान होते. त्यांनीच जर खूप काळजीचे वा दु:खाचे प्रदर्शन केले तर सारे कुटुंब, सहकारी शोक-सागरात बुडून जातील, त्यातून घरच्यांना स्वत:बद्दलची कीव किंवा तीव्र उदासीनता येईल म्हणून दोघांनी असा निर्णय केला की आपले दु:ख आपल्यापुरतेच ठेवायचे आणि मुले आणि नातवंडे यांना आदित्यचे समृद्ध जीवन, कर्तृत्व आणि आशा यात न्हाऊन काढायचे.

आदित्यच्या निधनानंतर त्याचे शव घेऊन बसंतकुमार आणि सरलाजी हे दोघे अमेरिकेतून परत आले. विमानतळावर हजारो माणसांनी गर्दी केली होती. विमान प्रवासात त्यांना कोणालाच आपल्या भावना आवरता आल्या नाहीत, पण मुंबईत उतरण्यापूर्वी आपल्या भावनांना आवर घालून त्यांनी आपल्या वागण्यावर संतुलन मिळवले. बसंतकुमार सांगतात, ''आम्ही एकमेकांशी बोलतही नव्हतो, कारण बोललो आणि जर कुणी तरी रडू लागले तर सारेच रडू लागतील. कुणाचाही दु:खावेग दुसऱ्याच्या आवेगाला कारण होत असतो. हे सारे कठीण असते. पण आम्ही आमच्या कुटुंबातील साऱ्यांनी असा

निर्णय केला की आपण आपले दु:ख आतल्या आत गिळून ताठ मानेने लोकांपुढे उभे राहायला हवे.'' त्यांची मुलगी जयश्री हिला याचे इतके आश्चर्य वाटत होते की ती म्हणाली, 'आदित्यचे निधन हा संकटाचा अतीव तीव्र असा झटका होता. पण ही ईश्वरी इच्छा असे म्हणून ज्या स्थितप्रज्ञतेने माझ्या आई-वडिलांनी त्या दु:खावेगाला तोंड दिले ते खरोखर जगावेगळ्या संतुलित अंत:करणाचे दर्शन होते. त्यांची ईश्वरावरची श्रद्धा क्षणभरही ढळली नाही, की क्षणभरही त्यांनी असे उद्गार काढले नाहीत की हे देवा, आम्ही काय पाप केलं म्हणून तू आमच्या आदित्यला आमच्यापासून दूर केलंस.' कोणत्याही आईबापांना असे वाटणे आश्चर्याचे नाही पण माझे आई-वडील या अवघड प्रसंगाला इतक्या शांतपणे आणि स्थितप्रज्ञतेने कसे सामोरे जाऊ शकले याची कल्पना सुद्धा करणे कठीण आहे. काही झाले तरी या पुत्रवियोगाच्या दु:खाच्या प्रचंड ओझ्याखाली आम्ही वाकणार नाही असा त्यांचा दृढ निश्चय असावा. या सर्व काळात आपले दु:ख व्यक्त करायला त्या दोघांनी सूनबाई राजश्री, मुलगी मंजू किंवा मी कुणापाशीही त्यांनी दुखोद्गार काढले नाहीत. एक मात्र झाले की त्या एका रात्रीत बसंतकुमार आणि सरलाजी दोघेही एकाएकी मनाने आणि शरीराने म्हातारे, वयस्कर दिसू लागले. झाले.

३० सप्टेंबरला बाल्टीमोर रुग्णालयाच्या एका खाजगी खोलीत आम्ही होतो. आम्हा साऱ्यांना समजून चुकले होते की, आदित्य आता जगत नाही. एका पाठोपाठ एक घरातील प्रत्येकजण दु:खावेगाने दबून जात होता. अशा वेळी कुणीतरी पुढे होऊन सर्वांनाच थोडासा समजुतदारपणा दाखवून सांत्वन करायला हवे. या वेळी बसंतकुमार आणि सरलाजी यांनी हे काम अंगावर घेतले. या दोघांनी ठरवले आपण बळकट बनून साऱ्या कुटुंबाला धीर आणि आधार दिला पाहिजे. ते दोघेही एकटे असताना, अनावर शोकावेगाने इतके रडत, की डोळ्यात आसवेच शिल्लक राहू नयेत. पण कुटुंबातील माणसांसमोर त्यांनी नेहमीच स्थितप्रज्ञाची भूमिका घेतली. अंधाराला भिऊन कोणी त्याला शाप देत राहतो तर कुणी अंधारावर मात करण्यासाठी एखादी पणती लावतो. बसंतकुमार आणि सरलाजींनी दुसरा मार्ग पत्करला.

८

राजश्री बिर्ला

आदित्यविक्रम १४ वर्षांचा झाला आणि लगेचच त्यांच्या आई-वडिलांनी त्याच्यासाठी योग्य वधू कशी व कोण असावी याचा विचार सुरू केला होता. बसंतकुमार व सरलाजींना वाटे की, समाज इतक्या वेगाने बदलतो आहे की, मुलांचे आयुष्य कुठे भरकटेल हे सांगता येणार नाही. म्हणून वेळच्या वेळी आपण त्यांच्यासाठी एखादी चांगली मुलगी शोधायला हवी आणि त्यांनी कुटुंबात स्थिर व्हावे. त्यांनी विचारपूर्वक निर्णय घेतला की त्यांच्या दृष्टीने फोम्रा घराण्यातील 'राजकुमारी' नावाची १० वर्षाची मुलगी आदित्यसाठी योग्य ठरेल. आदित्यच्या दृष्टीने लग्न ही एक आयुष्यभराची जोडणी होती. आणि त्यादृष्टीनं आदित्य आणि राजकुमारीच लग्न ही भारतीय संस्कृतीला शोभेशी जन्मगाठ होती. लग्नानंतर राजकुमारीचे नाव बदलून राजश्री करावे असे सरलाजींच्या मनात आलं. कारण त्यांच्या मुलींची नावे जयश्री, मंजुश्री अशी होती. या नावांशी यमक जुळणारे नाव म्हणून राजश्री हे नाव त्यांना आवडले होते.

आदित्य मोठा झाला, शिकायला परदेशी गेला. त्याचा स्वभाव इतका व्यवस्थित होता की आपल्या घरी कोणा कोणाला किती पत्र लिहायची यांचा त्याने तक्ता केला होता. केवळ कर्तव्य म्हणून नव्हे, तर प्रेमबंधाच्या दृष्टीने त्याने नियमितपणाने ही पत्रे लिहिली होती. बहुधा आठवड्याला एक दोन पत्रे तरी तो बोस्टनहून पाठवत असे. खरे तर त्या काळात फोन करणं सहज शक्य होतं आणि बिर्ला यांच्या मुलाला ते सहज शक्यही होतं. परंतु त्याचा नम्र स्वभाव आणि आपली संपत्ती ही देशाची आहे. हा गांधीजींचा विचार मनात असल्या कारणाने तो फोनच्या ऐवजी पत्र लिहित असे.

राजश्रीचे लग्न

बसंतकुमार आणि सरलाजी यांची मनापासून इच्छा होती की आदित्य व राजश्री यांचा विवाह जून ६४ साली व्हावा. त्यावेळी तो बोस्टनहून परत आलेला असेल. त्यांना कल्पना होती, की दोन वर्षे परदेशी असलेल्या या मुलाला आपले स्वत:चे मन जाणण्याची शक्ती आणि स्वत:च्या आयुष्याबद्दल निर्णय घेण्याची सवय आणि शक्ती होती. त्यामुळे आदित्य याने वडिलांना लिहिलेले पत्र असे होते, 'जून किंवा जुलै मध्ये लग्न करावे असे काही मला वाटत नाही. खरं तर मे मध्ये माझा अभ्यासक्रम संपतो. त्यांनतर मला सर्व अमेरिका व युरोप फिरून पाहण्याची इच्छा आहे. दुसरी गोष्ट म्हणजे जून महिन्यात लग्न करण्यापूर्वी मी माझ्या आयुष्यात स्थिर होणे आवश्यक आहे. असे मला वाटते. जून महिन्यात लग्न करायचे ठरले तर ही यूरोप, अमेरिकेची ट्रिप मला करता येणार नाही. दुसरे कारण म्हणजे मी परत आल्याबरोबर माझ्या उद्योगात स्वत:ला जुंपून घेणार आहे. त्यामुळे जूनमध्ये लग्न करणं म्हणजे मोठाच ताण अंगावर घेण्यासारखे आहे. याशिवाय राजकुमारीला सुध्दा लग्न करण्यापूर्वी आपल्या कुटुंबाशी थोडी ओळख करून घेणं, आयुष्यात थोडं स्थिर होणं हे ही व्हायला हवं. म्हणून जूनमध्ये लग्न हे मला अशक्य वाटतं. पण पुढील वर्षी जानेवारी, फेब्रुवारीमध्ये मला लग्न सोईचे वाटते.''

लग्नानंतर राजकुमारीचं नाव बदललं, ती राजश्री झाली. या बद्दल गंमतीने बोलताना बसंतकुमार म्हणतात 'सरलाजींना नावामध्ये यमक जुळवण्याची इतकी आवड होती की, एखाद्या दिवशी घरी आल्यानंतर मलाही माझे नाव बदललेले कळलं तर काही आश्चर्य वाटणार नाही.' हे ऐकताना सरलाजी त्यांच्याकडे बघून 'नाही नाही' म्हणत राहतात आणि हसता हसता सांगतात, 'मला नाव एकमेकांशी जुळावीत असे वाटते त्यामुळे जयश्री, मंजुश्री यांच्याबरोबर नव्या सुनेचे नाव राजश्री ठेवाव.'

आदित्याचा मित्रपरिवार खूप मोठा होता आणि राजश्रीलाही वाटे की आदित्याने हा मित्र परिवार सांभाळून ठेवावा हे योग्यच आहे. १९६४ मध्ये तो परत आल्यावर बसंतकुमारांना वाटे की कोलकात्याला राहून आदित्यविक्रम हा सदैव घरच्या वडिलधाऱ्या माणसांच्या छायेतच राहिला असता. स्वावलंबी झाला नसता. त्यापेक्षा त्याने मुंबईला जावे हे चांगले. मुंबई हे भारताच्या व्यापार उद्योगाचे हृदय आहे. मुंबईला गेल्यामुळे भारतातल्या मोठमोठ्या उद्योगपतींच्या सहवासात तो येईल. कोलकत्त्याला राहिला तर बिर्ला कुटुंबातील अनेकापैकी एक घटक इतकाच राहिल. पण मुंबईत एकमेव बिर्ला

म्हणून वाढेल. त्याचवर्षी ईस्टन स्पिनिंग मिल्सचा कारभार त्याच्या हातात दिला गेला. हा व्यवसाय त्याने खूपच वाढविला.

त्याची मित्रमंडळी बरोबर घेतल्यावाचून तो सुट्टी घालवत नसे, परंतु नवरा आणि बाप ही घरातील म्हणून असलेली जबाबदारी याला त्याने नेहमीच प्राथमिकता दिली होती. आदित्यचा मुलगा कुमारमंगलम् हा ७ वर्षाचा असताना त्याला मेनिंजायटीसचा आजार झाला आणि त्याची सेवा सुश्रुषा करण्याकरिता आदित्य सर्व कामे बाजूला ठेवून घरी राहीला. आदित्याच्या प्रेरक प्रेमामुळे आदित्य आणि कुमारमंगलम् या पिता पुत्रात एक नवेच स्नेहाचे नाते निर्माण झाले. याच काळात आदित्याने आपल्या मुलाची सेवासुश्रुषा करतानाच चित्रे रंगवायला सुरुवात केली. १९९० साली कुमारमंगलम्ने आपल्या वडिलांच्या तैलचित्रांचे प्रदर्शन भरवले होते.

आदित्य –राजश्रीचे भावबंध

राजश्रीच्या दृष्टीने तिचा आणि आदित्याचा भावबंध ती १० वर्षाची व आदित्य १४ वर्षाचा असताना जुळला गेला. 'ती दहा–साडेदहा वर्षाची फ्रॉक घातलेली मुलगी आम्हाला खूपच आवडली' असे बसंतकुमार व सरलाजी सांगतात. त्यांना वाटे ही मुलगी आपल्या घरामध्ये सून म्हणून शोभेल. घर सांभाळेल, आदित्याची सहचारिणी म्हणून चांगलीच असेल. सरलाजींना एकच वाटे की ती आदित्याच्या दृष्टीने थोडीशी बुटकी आहे की काय? म्हणून त्यांनी तिला एका डॉक्टरला दाखविले. डॉक्टर म्हणाले की या मुलीने पोहायला जावं म्हणजे तिची उंची वाढेल, लगेचच सरलाजींनी तिचे नाव पोहण्याच्या वर्गात घातले आणि दररोज एक तास पोहण्याचा व्यायाम करायला लावले आणि या पोहण्याच्या तासात सरलाजी काठावर बसून राहात आणि शिक्षकाने जितके हात मारायला सांगितले आहेत तितके होतात की नाहीत हे त्या पाहात असत.

लग्नापूर्वीच्या दिवसात आणि बोस्टनला असताना आदित्याने लाजत लाजत का होईना आपल्या आईवडिलांना विचारले की त्याने त्याच्या वागदत्त वधू बरोबर पत्रव्यवहार करावा कां? त्याने परवानगी विचारली, हे कदाचित कोणाला विचित्र वाटेल, पण घरातल्या वडिलधाऱ्यांना विचारल्यावाचून काही करायचे नाही ही बिर्ला घराची सवय आदित्याच्या अंगात मुरली होती. त्यामुळे ग्रीन हाऊसमध्ये वाढलेल्या संरक्षित रोपांसारखी बिर्ला मुलांची वाढ होत होती. त्यांना स्वातंत्र्य तर होते पण संरक्षणही होते. आदित्यांने मागितलेली परवांनगी त्याला मिळाली व आदित्य व राजश्री यांचा पत्रव्यवहार

वाढत गेला. या पत्रव्यवहारातून त्यांना एकमेकांची पूर्ण ओळख झाली आणि या लांबलचक पत्रव्यवहारातून या दोघांची अंत:करणे जुळत गेली.

राजश्रीचे शिक्षण

राजश्री हुशार विद्यार्थिनी होती आणि शाळेमध्ये तिचा क्रमांक नेहमीच वरचा असे. पण ज्यावेळी तिने शिक्षण पुढे चालू ठेवावे असा विचार व्यक्त केला, त्यावेळी आदित्यांने त्याला मोडता घातला. आदित्य हा द्रष्टा होता आणि भविष्यात ज्याने भारताला जागतिक व्यापाराच्या क्षितिजाकडे नेले त्याच्या स्वत:च्या जीवनाविषयीच्या आणि आपल्या सहजीवनाविषयीच्या कल्पना स्पष्ट होत्या. राजकुमारी कशामुळे चांगली पत्नी, मायाळू माता आणि घरचे राज्य सांभाळणारी आणि उद्योगात सल्लागार कशी होईल याबद्दलचे त्याचे विचार स्पष्ट होते. राजश्रीने मतभेद दाखवला नाही, परंतु आपली शिक्षण पूर्ण करण्याची इच्छा सरलाजींच्या जवळ बोलवून दाखवली आणि सरलाजींचा पूर्ण पाठिंबा मिळविला व पदवीधर होण्याचे ठरविले. शेवटी आई आणि पत्नी यांच्या आग्रहाखातर आदित्याने राजश्रीच्या पुढील शिक्षणाला मान्यता दिली. त्याने एकच अट घातली की राजश्रीने इच्छेप्रमाणे विज्ञान विषय घेण्याऐवजी कला शाखेचा अभ्यासक्रम सुरू करावा. कारण तिला पुढे उद्योगात सहभागी व्हायचे असेल तर तो अभ्यासक्रम अधिक उपयुक्त ठरेल. त्याचदृष्टीने उद्योगात भागीदारी होतानाही तिची प्राथमिक जबाबदारी प्रेमळ पत्नी, मायाळू आई आणि अतिथींचा आदरसत्कार करणारी गृहिणी अशीच असावी. एका अर्थाने राजश्रीच्या आयुष्याचा चरित्रक्रम आदित्याने लिहिला.

२००१-०२ साली 'इकॉनॉमिक टाईम्स' या वृत्तपत्राचा कॉर्पोरेट सिटीझन पुरस्कार तिला मिळाला. तिच्या नेतृत्वाखाली चालणाऱ्या विश्वस्त निधीने ग्रामीण विकासात जे थोर कार्य केले त्याच्या मान्यतेचे ते प्रतीक होते.

वेदनेची सुरुवात

१९९३ मध्ये आदित्य बिर्लांनी उद्योगविश्व पादाक्रांत करण्याची जी सुरुवात केली त्याचे शिखर त्याने लवकरच गाठले. त्याच्या इंडालको कंपनीचा युरो इश्यु बाजारात आला आणि त्यातून १०० कोटीपेक्षा जास्त डॉलर्सचे भांडवल जमा झाले.

तो ब्रिटिश एअरवेजच्या विमानातून वॉशिंग्टनहून लंडनच्या प्रवासाला निघाला होता. त्यावेळी त्याला पुन्हा एकदा पोटात कळ आल्यासारखी वाटली. त्या वेदनेकडे विशेष लक्ष न देता तो राजश्रीला म्हणाला 'अगं विशेष काहीच नाही.' परंतु विमानात बसल्यानंतर त्याला असे वाटले की परमेश्वराने लावलेल्या आयुष्य अखेरीच्या गजराच्या

दिशेने आयुष्याच्या घडाळ्याची टिकटिक सुरू झाली आहे. आपले शरीर असे आहे की आपल्याला होणाऱ्या सुखाच्या किंवा वेदनेच्या संवेदना मेंदूपर्यंत पोहचतात. त्यामुळे आदित्यने मिळविलेल्या प्रचंड यशाची सुख संवेदना भोगत असतानाच कुठेतरी खोलवर वेदनेची लाट येत होती. त्यांचे मनं पुन्हा चिंतेने व्याकूळ झाले आणि त्यांच्या मनापुढे हॉस्पिटलच्या बोर्डावरची अक्षरं ठळकपणाने दिसू लागली. 'तुमच्या वयाला जर ५० वर्षे झाली असतील, तर तुम्ही प्रोस्टेट ग्रंथीचा तपास करून घ्या. कदाचित तुम्हाला कॅन्सर झाला असेल.'

शेजारी बसलेल्या राजश्रीला तो इतकंच म्हणाला आपण मुंबईला पोहचल्यावर माझी तपासणी करून घेऊ या. या तपासणीची जरुरी काय? असा प्रश्न राजश्रीच्या मनात आला पण तरीही पतीची आज्ञा समजून तिने जाऊ या म्हणून सांगितले. मुंबईला आल्यावर बॉम्बे हॉस्पिटलमध्ये युरॉलॉजी खात्याचे प्रमुख डॉ. अजीत फडके यांना तिने फोन केला. तपासणी नंतर डॉ. फडके म्हणाले ज्याक्षणी मी आदित्याची प्रोस्टेट ग्रंथी तपासली त्याचवेळी माझ्या मनात आले इथे काही तरी अवघड प्रश्न आहे. डॉ. फडके बिर्ला कुटुंबाचे अगदी जवळचे स्नेही परंतु अमेरिकन डॉक्टरांच्याप्रमाणे एकदम स्पष्टवक्तेपणाची त्यांना सवय नव्हती. आदित्याचा स्वभाव प्रत्येक प्रश्नाच्या मुळाशी थेट जाण्याचा असल्यामुळे त्यांने डॉक्टर फडके यांना सरळ सरळ प्रश्न विचारला 'डॉक्टर तुम्हाला कॅन्सरचा संशय येतो आहे का?'

समुद्रामध्ये एक देवमाशाची जात आहे. आपले बहुतेक आयुष्य ते लाटांच्या खाली घालवतात. त्यामुळे ते सहसा कोणालाच कधी दिसत नाहीत. आणि या प्रचंड देवमाशांच्या वरती एक फसवी शांत पाण्याची निळी चादर पसरलेली असते. पण एखादे वेळी अचानक आभाळाला भिडण्याची ईर्षा मनात धरून एखादा प्रचंड देवमासा आपल्या अंगावरची निळी चादर फेकून देतो. हा दहा फूटी लांबीचा राक्षसी मासा दंगेखोरपणाने तुमच्या शेजारी उसळून येतो. तुम्ही भयानक भीतीने गारद झालेले असता आणि थोडेसं शांत होऊन बघता त्यावेळेला त्याच्या पंखाचा फक्त छोटासा भाग आपल्याला दिसतो. पण त्याचा प्रचंड दैत्याकारी आकार पाण्याखाली गेलेला असतो. अचानक उद्‌भवणाऱ्या कॅन्सरचे असेच आहे. काही सेकंद सारे आयुष्य गुदमरून टाकणारे. कॅन्सर या शब्दांच्या उच्चारानेच तुमच्या पायाखालची धरणी हादरून जाते. बिर्ला घरातच जन्म झाल्यामुळे आदित्याला जगातील उत्तमातील उत्तम ट्रीटमेंट मिळत होती. पण त्याला कॅन्सर झाला आहे हे जर जगाला कळले तर त्याच्या उद्योगाच्या विकासावर त्या बातमीचा विपरीत परिणाम होईल म्हणून ही बातमी गुप्त ठेवण्यात आली. आदित्य व राजश्री वॉशिंग्टन–

मध्ये जॉन हॉपकिन्स हॉस्पिटलमध्ये उपचारासाठी आणि डॉक्टरांचे दुसरे मत घेण्यासाठी अमेरिकेला जायला निघाले. आधीच तेथे गेलेले बसंतकुमार व सरलाजी त्याला अमेरिकेत भेटले.

कॅन्सर –कॅन्सर

डॉक्टर पॅट्रीक वॉल्श यांनी आदित्याची बायोप्सी केली आणि ४८ तासातच निर्णय दिला. ते म्हणाले की 'मिस्टर बिर्ला तुम्हाला प्रोस्टेटचा कॅन्सर झाला आहे. या कॅन्सरची वाढ कशी आहे हे ग्लिसनच्या स्केलवर आम्ही मोजतो. ते १ ते १० या अंकाच्या या स्कोअर मध्ये तुमचा स्कोअर ८ ते ९ आहे म्हणजेच वाईटातल्या वाईट प्रोस्टेट कॅन्सर तुम्हाला झालेला आहे. हा कॅन्सर मॅलिग्नंट म्हणजे बरा न होणारा आणि मॉन्स्ट्रस म्हणजे प्रचंड आहे. 'ज्यावेळी डॉक्टर एखाद्या माणसाला सांगतात की तुमची अखेर करणारा हा आजार आहे त्यावेळी कल्पना करा त्या रुग्णाच्या मनात काय वादळ होत असेल, क्षणभर तुम्ही ओळखीच्या सर्व गोष्टी विसरता. तुमचे नावही विसरता, एक भयंकर क्रूर अशी भावना खोल मनातून उसळून वर येते. तुमच्या सगळ्या शरीरात एक प्रकारचे कापरे भरते. तुमच्या कानात नगारे वाजू लागतात आणि आयुष्य मुळापासून उन्मळून पडते आहे असे वाटते.

तुम्ही आपल्या प्रयत्नांनी आपल्या भोवती निर्माण केलेले यशस्वी जग एका फटकाऱ्यानेच कोलमडून पडते की काय? असे वाटते. ज्या घरात दीर्घायुष्याची परंपरा पिढ्यांन पिढ्या चालू आहे त्या घरात असे कां घडावे. आदित्याची पत्नी, आईवडील आणि मित्र शेजारच्या वेंटीग रूममध्ये आतल्या आत कोसळून गेले आणि अत्यंत करुणेने येणारा आक्रोश ते मनातल्या मनात ठेवायचा फसवा प्रयत्न करीत होते. आदित्याची ३ मुलं कुमारमंगलम्, नीरजा आणि वासवदत्ता एकमेकांना मिठ्या मारून रडत होती. ती रात्र कुणालाच विसरणं शक्य नव्हते. बिर्लांच्या घरात येणाऱ्या अतिथीच्या स्वागताची परंपरा आहे पण आज त्यांच्या घरात येणारा अनपेक्षित पाहुणा म्हणजे कॅन्सर त्याला तोंड कसं द्यायचं? ही शोककथा सुरू झाली. त्याची आत्ता कुठे सुरुवात होती आणि कधी संपणारच नाही अशा वाटणाऱ्या २ वर्षांपर्यंत ही शोक कथा चालली.

आदित्याची लढाई

ही शोककथा किंवा कॅन्सर यांची वार्ता कोणालाच दिलेली नव्हती आणि त्याच्या स्वभावाला अनसुरून आदित्य बिर्ला या वेदनेशी दोन वर्षे झुंजत राहिला.

सरलाजी व बसंतकुमार म्हणतात, "अशा काही प्रसंगाला मला तोंड द्यावे लागेल याची कल्पनाही मला नव्हती. आजसुद्धा सरलाजींना या विषयावर बोलणं

शक्य होत नाही. आदित्याचं बालपण, त्याच्या अभ्यासाविषयी त्या बोलतात, मात्र या विषयी बोलताना त्यांना शब्दच सुचत नाही. या विषयी एकदा कोणी विचारल्यावर सरलाजींनी एक चिठ्ठी हातात दिली. 'ज्या वेळी एखाद्या आईला कळते की आपला सूर्यासारखा पुत्र, आदित्यविक्रम याला कॅन्सरचे ग्रहण लागले आहे, त्यावेळी काय बोलणार? आईच्या भावना शब्दात कशा व्यक्त करणार? कॅन्सर हा शब्दच आयुष्य उद्ध्वस्त करणारा आहे. सूर्यासारख्या आपल्या या लाडक्या मुलाला व त्याच्या कर्तृत्वाला विसरून हे दीर्घ आयुष्य कसे जगायचे.'

आदित्यविक्रमच्या मताप्रमाणे त्याच्या जीवनाचं सूत्र असं होतं की त्याने आज्ञाधारक पुत्राची भूमिका बजावावी, मित्रांशी स्नेहबंध जपावे, यशस्वी उद्योगपती व्हावे व राष्ट्रनिर्माण करावे. पण आज तो जॉन हॉपकिन्स हॉस्पिटलमधून बाहेर पडतो. त्यावेळी या रोगाची दुष्ट छाया एका बाजूला आणि दुसऱ्या बाजूला मित्रांची नि:शब्द परंतु सबळ करणारी त्याच्या जवळ मैत्री असते. कदाचित हेच देवाचे देणं असेल.

ज्या रीतीनं आदित्याने कॅन्सरला आपल्यावर विजय मिळवून दिला नाही. त्याला तो शरण गेला नाही आणि तो झुंजत झुंजत मरणाला सामोरा गेला. साऱ्या जगालाच हा अगदी वेगळा अनुभव आहे. वेगळी शिकवण आहे. काही सुनिश्चित दिशेने नीडर पावले टाकून त्याने ही झुंज यशस्वी केली. सामोरे कशाला जायचे तर मरणाला. माणसाच्या मर्त्यपणाला. आपण केलेल्या कार्य कर्तृत्वाच्या इमारती उद्ध्वस्त होताना पाहणाऱ्या रुग्णाला किंवा एकूणच अपंगतेला आपण इतकंच म्हणू शकतो 'देवा ज्या गोष्टी आपल्याला बदलता येत नाही त्याचा स्वीकार करण्याचे मला सामर्थ्य दे.'

परंतु अशा रीतीने एक दुर्बल रुग्ण म्हणून आदित्याला जगायचे नव्हते. त्याला नियोजनपूर्वक कॅन्सरच्या रोगाला तोंड द्यायचे होते आणि या दृष्टीनेच त्याने अत्यंत साधेपणाने व मोकळेपणान डॉ. फडके यांना प्रश्न केला होता, 'डॉक्टर, तुम्हाला हा कॅन्सर वाटतो का?'

जे काही संकट आहे ते ओळखून त्याला तोंड देण्याचे नियोजन ही आदित्यच्या लढाईची पहिली पायरी होती. पुढल्या काही आठवड्यात त्यानं कॅन्सरविषयी जे जे मिळेल ते वाचले, इंटरनेट, पुस्तकातून संशोधनाच्या वृत्तांतावरून कॅन्सर म्हणजे काय? हे समजून घेतले. कॅन्सरचे जंतू १-२-३ असे न वाढता एकाचे -दोन, दोनाचे -चार अशा वेगाने भूमितीश्रेणीने वाढतात आणि ते कितीही वाढतात. टाचणीचे टोक असावे एवढ्या जागेत एक दशलक्ष कॅन्सरच्या पेशी असतात. आपल्याला मिळणारे ज्ञान जितके जास्त तितकी आपली भीती कमी होते. पण त्याचे फसवे स्वरूप लक्षात घेऊनच आदित्य व राजश्री यांनी डॉ.फडके यांचा सल्ला ऐकून दुसऱ्या डॉक्टरांचे मत घेण्याचे ठरवले.

त्यांनी टाटा मेमोरीयल हॉस्पिटलच्या डॉक्टर प्रफुल्ल देसाई यांना दाखवले व त्यांनीही कॅन्सर असल्याचा निर्णय दिला. आदित्याच्या आणि राजश्रीच्या मनात एक आनंदाचा भाग होता तो म्हणजे ज्या ज्या डॉक्टरांकडे ते गेले ते म्हणजे ज्या रुग्णांचे मरण निश्चित आहे अशांचे डॉक्टर नव्हते तर जे रुग्ण कॅन्सरवर मात करण्याची इच्छा ठेवतात, त्याच्याशी झुंज घेतात अशा झुंजार रुग्णांचे ते डॉक्टर होते.

अलिकडेच ज्याचे संशोधन झाले त्या 'जीन थेरपीमुळे' कॅन्सरवर उपाय निघेल अशी थोडीशी आशा सर्वांना होती. डॉ. वॉल्श इतकंच म्हणाले की ही उपचार पद्धती अजून कोणत्याही रुग्णाच्या बाबतीत वापरली गेलेली नाही, पण ज्या दिवशी या उपचाराविषयी आम्हाला खात्री वाटेल. त्यावेळी आम्ही पहिला उपचार आदित्य बिर्ला यांना देऊ. जे जे वैद्यकीय निर्णय करण्यात येत होते त्यामध्ये आदित्यांचा संपूर्ण सहभाग होता. आदित्याने रोगाच्या पुढे हार कधीच मानली नाही.

आदित्य हा नेहमीच पुष्कळ पत्रे लिहीत असे. मरणापूर्वी त्याने एका मित्राला एक पत्र लिहिले. 'आता अलीकडे माझ्या भोवतालच्या परिस्थितीवर मात करण्याइतकी ताकद मनाने तरी माझ्यात आली आहे. तुम्हाला विचित्र वाटेल पण मी खऱ्याखुऱ्या अर्थाने जगतो आहे असे वाटते. शरीरात रोग असतानाही कसे जगावे याचं मी शिक्षण घेत आहे. एखाद्या रोगाला बदनाम करणारे शारिरीक त्रास असले तरी त्यामुळे आपण शापित झालो आहोत असे कुणीच मानायचे कारण नाही. तुम्हाला हा रोग झाला म्हणजे तुमची किंमत संपली असे कुणीच मानू नये. मला तर वाटते अजून जोवर तुम्हाला संधी आहे तोवर तुम्ही ज्यांच्यावर प्रेम करता त्या सर्वांना तुम्हाला त्यांच्या विषयी किती प्रेम वाटते हे मुक्त कंठाने सांगा. स्वत:विषयी थोडी उदारता बाळगा. आपल्याला मिळालेला प्रत्येक दिवस ईश्वराची कृपा आहे हे लक्षात घेऊन त्याचा आनंद लुटा. आता आपण जगण्याचा प्रत्येक क्षण हा 'स्पेशल' आहे असे मानून जगायला हवे.

त्या अखेरच्या काळात आदित्य व त्याचा मुलगा कुमारमंगलम् दोघेही एकत्र होते. त्यावेळी आदित्यमधला पिता आपल्या मुलाकडे बघत त्याला म्हणाला, "मी मागितले नाही तरी परमेश्वराने मला भरभरून दिले आहे त्यामुळे मी परमेश्वराचा कृतज्ञ आहे." या काळाबद्दल बोलताना राजश्री म्हणते, "या काळात ही झुंज झुंजताना आदित्याने खूप शौर्य दाखवले." या अग्निपरीक्षेच्या काळात राजश्रीने जे धैर्य दाखविले त्याबद्दल ती म्हणते 'माझ्या पतीपासून मला हे धैर्य मिळाले.' ज्यावेळी कॅन्सर झाला आहे हे निश्चित समजले त्यावेळी आम्ही अमेरिकेहून भारताकडे परत येत होतो. राजश्रीच्या डोळ्यात अश्रू व चेहऱ्यावर निराशा होती. हे पाहिल्यावर राजश्रीच्या भोवती आपले हात टाकून आदित्य म्हणाला, 'परमेश्वरानं मला फार खूप आयुष्य दिलेले नाही.

तिच्याकडे बघून तो पुढे म्हणाला, ''पण परमेश्वराने मला त्याची भरपाई म्हणून किती भरभरून आणि काय काय दिलं आहे. त्याबद्दल मी त्याचा शतश: आभारी आहे.'' या त्याच्या झुंजार वृत्तीमुळेच ज्यावेळी डॉक्टरांचा निर्णय कळला त्यावेळी त्याने त्याचे इच्छापत्र केले. भविष्यात उद्योगाच्या बाबतीत, विश्वस्तनिधीच्या बाबतीत कोणी काय करायचे विशेषत: राजश्रीने काय करावे याबद्दल तपशीलवार सूचना देऊन ठेवल्या.

ज्यावेळी कुमारमंगलम् बरोबर असायचा त्यावेळी आदित्यने चुकूनही डोळ्यात पाणी आणले नाही, कारण बिर्ला घराची परंपराच अशी आहे की वडिलांनी मुलांच्या समोर 'स्ट्राँग' असायला हवे. मुलांच्या दृष्टीने वडिलांनी शूर व एखाद्या खडकासारखे अचल असायला हवे कारण कोणत्याही वडिलांना आपल्या मुलासमोर डोळ्यात पाणी काढण्याची परवानगी नाही. कुमारमंगलम् म्हणतो, ''माझे वडील आदित्यविक्रम मला म्हणाले ''मुला या रोगाचे स्वरूप तुला माहीत आहे. तुझ्या आईची तू काळजी घे, खूप काम कर आणि आपला उद्योग, देश आणि समाज यांच्यासाठी आयुष्य जग.' खरं म्हणजे या रोगाची छाया कुटुंबातील सर्वांच्यावरच होती. परंतु कुठल्याही तऱ्हेचा आकांत न करता, भीती न बाळगता माझ्या वडिलांनी मला सल्ला दिला. 'आनंदात रहा, यशस्वी हो. त्यांना भावना नव्हत्या असे नाही पण त्या कधीही आमच्या समोर प्रकट झाल्या नाहीत, झाल्या असतील तर आईजवळ. राजश्रीजवळ झाल्या असतील.' असे कुमारमंगलम् म्हणतो.

सरलाजींचा आधार बसंतकुमारांना, तितकाच आधार आदित्याला राजश्रीचा आणि तितकाचा आधार कुमारमंगलम्‌ना निरजाचा होता.

निरजा ही मुंबईला व्हिला तेरेसा शाळेत शिकत होती. आदित्यविक्रमने त्याचवेळी प्रथम तिला पाहिले व त्याच्या मनात आले कुमारमंगलम्‌साठी ही मुलगी चांगली आहे. त्या शाळेच्या क्रीडा महोत्सवासाठी आदित्यविक्रम गेल्यावर तो त्या मुलीशी पुष्कळ बोलला. घरच्या सर्वांना ही मुलगी आवडली. १७ मे १९८९ मध्ये कुमारमंगलम्‌चे लग्न नीरजाशी झाले. त्यावेळी ती १८ वर्षांची होती. निरजा म्हणते 'या घरात आल्यावर मी खूप शिकले. आयुष्यातील सर्व प्रश्नांना एकच हमखास उत्तर असू शकते ते म्हणजे श्रद्धा. देवावरच्या या श्रद्धेच्या गुरुकिल्लीने कोणतेही कुलप उघडता येते.' राजश्री म्हणते माझ्या नवऱ्याला आदित्याला प्रथम स्त्रियांनी नोकऱ्या किंवा काम केलेले आवडत नसे. त्याच्या दृष्टीने स्त्रीने उत्तम रीतीने घर सांभाळावे, मुलांचे संगोपन करावे व त्यांना वळण लावावे ही खरी महत्त्वाची कामे आहेत. पण आमच्या आयुष्यात हा रोगाचा राक्षस आल्यानंतर मात्र आदित्याने आपले मत बदलले. पूर्वी तो आपल्या उद्योगधंद्यातील

बारकावे माझ्याशी कधीच बोलत नसे व मीही त्या विषयात रस घेतला नाही. मला वाटे दिवसभर तो कार्यालयात काम करत असतो, त्याचीच पुन्हा आठवण करून त्याची बेरीज वजाबाकी कशाला करत बसायचे पण त्याच्या आजारानंतर माझेही मत बदलले. आमचे अनेक विश्वस्तनिधी, कंपन्या आहेत. त्या कारभाराबद्दल रोज आदित्य माझ्याशी बोलत असे. या चर्चेच्या वेळी कधी कधी तो उतावळा होत असे आणि तो म्हणत असे, ''तुला कळत कसे नाही की आता आपले थोडेच दिवस उरले आहेत.''

'मी माझ्या मनाशीच विचार करू लागले की माझ्यामध्ये काही आध्यात्मिक बळ आहे किंवा नाही.' ते आहे म्हणूनच हे सारे मी निश्चितच करू शकते कारण माझी श्रध्दा. आदित्याच्या चेहऱ्यावर मला जर मरणाची भीती दिसली असती तर त्यामुळे मी खूप दु:खी झाले असते पण मला जो समोर दिसत होता तो चेहरा आनंदी, सुखी, प्रसन्न होता. कारण आपल्याला झालेला रोग हे आयुष्याच्या क्रमातला एक अटळ भाग आहे इतक्या सहजतेने त्याने तो स्वीकारला. मला तो सांगे की मी जरी जगात नसलो तरी तू एक चांगले आयुष्य जगावे ही माझी तीव्र इच्छा आहे. चांगले कपडे घाल, आनंदी रहा. पण ज्यावेळी मी त्यांना म्हणे 'असे बोलू नका हो' पण त्यावेळी तो सांगत असे की आपली तयारी नेहमीच असावी हे तुला कळायला हवे. माझ्यानंतर तू आनंदात रहावे हीच माझी तीव्र इच्छा आहे. मी त्यांचे ऐकायला कधीच तयार होत नसे. कुठेतरी आशेचा किरण आहे. ज्यांना अजून कर्तृत्व दाखवण्याची संधी आहे त्यांना मृत्यूचे बोलावणे लवकर येत नाही निदान इतक्यात नाही. अशी आशा, वेडी आशा होती परंतु मला कळून चुकले की तो काही फार काळ जगणार नाही. त्यामुळे आदित्याने सर्व उद्योग व विश्वस्तनिधी यांचे नियोजन, आपल्या बहिणींना काय द्यायचे याचीही यादी केली. त्यामुळे मला वाटे की परमेश्वर आम्हाला सहजीवनाची आणखी काही वर्षे देईल. पण ते व्हायचे नव्हते, मरणापूर्वी २ आठवडे आदित्यविक्रम कोमामध्ये गेला. मला वाटते ईश्वरानेच आमच्या मनाची तयारी करण्याकरता हा काळ दिला होता.

बसंतकुमार लिहितात ''अमेरिकन डॉक्टरांनी मला सांगितले की आदित्याला यापुढे चालताच येणार नाही. मी मनाशी खूप धैर्य गोळा करून आदित्याची आई, पत्नी व घरची मंडळी या साऱ्यांना धीर देत होतो. या अखेरच्या काळात सकाळी ८ पासून सारी मंडळी तिथे असत. अखेरचे चार महिने राजश्री चोवीस तास आदित्यबरोबर असे. हॉस्पिटलमध्येच आदित्याच्या खोलीच्या शेजारी राजश्रीला एक खोली दिली होती. हे सारेच दिवस आम्हाला फार कठीण जात होते. पण आम्ही ईश्वराची प्रार्थना करीत होतो की असा प्रसंग कोणत्याही कुटुंबावर येऊ नये. खरं म्हणजे आपली जवळची

माणसं कोणाला म्हणावं? ज्यांच्याजवळ तुम्ही केव्हाही बोलू शकता हे तर आहेच पण शेजारी असूनसुद्धा, दोघे नि:शब्द असताना सुद्धा ज्यावेळी तुमच्या भावना न बोलता ज्या माणसाला कळतात तो खरा जवळचा माणूस.

आदित्य वारल्यानंतर क्वचितप्रसंगी अगदी रूटीन वाटणारी गोष्टही मनावर दगड ठेवते. आदित्य वारल्यानंतर राजश्रीने आपल्या सासूबाईंना विचारले की मी कपाळावर कुंकू लावावे का न लावावे? सरलाजी म्हणाल्या तुला वाटले तर जरूर लावावे. राजश्री उठली शेजारच्या बाथरूममध्ये जाऊन तिने कुंकू काढले. सरलाजी म्हणतात राजश्रीत केवढे बळ आहे मला माहीत होते. पण तिच्यामध्ये असणारी ही श्रद्धा, शक्ती मला नंतरच कळू लागली.

आदित्यला चांगल्या कपड्यांची आवड होती व सर्वांनीच चांगले कपडे घालावे व स्त्रियांनी दाग-दागिने घालावे असे त्याला वाटे. कामाची ओढ असे पण त्याचबरोबर त्याला खाण्याची आवड होती. मनापासून इटालियन पिझ्झा त्याला आवडे. तो स्वत: पावभाजी तयार करत असे. कधी ऑफिसला सुट्टी घेऊन घरच्यांसाठी स्वयंपाक करत असे. त्याचा जेवण तयार करून घालण्याचा उत्साह फार दांडगा होता. जॉन हॉपकिन्समध्ये असताना जुलैमध्ये नातीचा म्हणजे अनन्यश्रीचा वाढदिवस होता. त्यासाठी राजश्री फुले व फुगे यांची सजावट करीत होती त्यावेळी आदित्य चाकाच्या खुर्चीवरून तिथे आला. आपल्या नातीबरोबर खूप रमला. कुमारमंगलम् तिथे असल्यामुळे आदित्याचे शेवटचे दिवस खूप आनंदात गेले. श्रीमती मदर तेरेसा म्हणतात त्या प्रमाणे ''मरणापेक्षा सुद्धा एकट्याने मरणे, आपल्यावर प्रेम करणाऱ्या माणसांपैकी कुणी जवळ नसताना मरणे हे फार भयंकर आहे.''

आदित्याच्या मृत्यूनंतर जन्म झालेल्या आर्यमनविक्रम याने आपल्या आजोबांना कधीच पाहिले नाही. त्याला लिहीलेल्या पत्रात कुमारमंगलम् लिहीतो 'तू आता सात वर्षाचा झाला आहे. माझी खात्री अशी आहे की तू थोडा मोठा झालास की या पत्राचा अन्वयार्थ तुला कळू लागेल. बिर्ला घराण्याचे संस्कार तुला कळतील. तुझे आजोबा म्हणजे आदित्यविक्रम हे उत्कृष्ट नियोजक होते. प्रत्येक बारीक-सारीक गोष्टींचे अत्यंत काळजीपूर्वक नियोजन ते करीत असत. ते खरेखुरे कर्मयोगी होते. व आपल्याजवळ जे सर्वोत्तम आहे ते ईश्वरचरणी द्यावे अशी त्यांची इच्छा असे. त्यांनी व कुटुंबातील वडिलधाऱ्यांनी आम्हाला जे शिकवले तो हा कर्मयोग, फलाशारहित कर्तव्य करीत राहण्याचे संस्कार देणारा हा कर्मयोग. अशा कुटुंबाच्या वातावरणात माझी खात्री आहे की तू ही हे सारे शिकशील. तुम्ही जेव्हा काम करता त्या वेळेला आपण हा

कर्मयोगाचा निकष स्वत:ला लावावा. अनुभव घेता घेता, आपण चुका करत करत शिकणे हा एक मार्ग आहे. परंतु सुदैवाने तुझे वडील, आजोबा यासारखे शिक्षक जेव्हा मिळतात त्या वेळी आर्यमन, माझ्या मुला हे लक्षात ठेवा की आयुष्यात तू जे निर्णय घेतोस त्यावरून तू कोण आहेस, कसा आहेस हे जगाला कळते. म्हणून बिर्ला घराची ही परंपरा लक्षात घेऊन तू आपल्या संस्कृतीचा खराखुरा वारसदार हो ही इच्छा. तुला तुझ्या आजोबांच्या नावाप्रमाणेच आदित्यविक्रम नंतर आर्यमनविक्रम हे नाव दिले आहे. त्यामुळे त्यांच्या आयुष्यापासून धडा घे. जेव्हा तुम्ही काम करता त्या वेळी पूर्ण निष्ठेने काम करा. निरासक्त फलाशारहीत वृत्तीने काम करा. ज्या वेळेला खेळायचे असेल त्या वेळेला मनसोक्त व उत्कटतेने खेळा, स्वप्ने पाहा व ती स्वप्ने पूर्ण करण्याकरिता पडतील तितके काबाडकष्ट करण्याची तयारी ठेवा. आजोबा व नातू हा एक जगावेगळे नातेसंबंध आहे ते लक्षात घेऊन तुझे वडील-आजोबा-पणजोबा या सार्‍यांनी दिलेला संस्कारांचा वारसा घेऊन तू तुझ्या आयुष्याला वळण दे हाच माझा आशीर्वाद.''

आजी राजश्री बिर्ला समवेत कुमारमंगलम् आणि निरीजा,
मुले अनन्यश्री, आर्यमन आणि अद्वैतेशा

९

कुमारमंगलम्

कुमारमंगलम् तसा थोडा अबोलच आहे, पण आपल्या आजी–आजोबांविषयी बोलताना त्याला शब्दच अपुरे पडतात असे वाटते. तो म्हणतो, 'माझे आजोबा मला असे आठवतात म्हणजे ज्या ज्या वेळी मी घरी जातो त्यावेळी दारात दोन हात उभारून उभे असतात, 'कुमारमंगलम्' अशी आनंदाने हाक मारत मला जवळ घेतात. त्यांची मिठी म्हणजे ह्या हृदयीचे त्या हृदयी घालावे अशी असते. त्यांचे बोलणे, त्यांचे हावभाव यातून प्रेमाचा, त्यांच्या उदार भावनांचा प्रपात अंगावर येतो असे वाटते. ते मला गाडीपर्यंत सोडायला येतात. बागेत पडलेल्या पाचोळ्यावर त्यांच्या पायांचा चुर्रऽ चुर्रऽऽ होणारा आवाज मला सदैव आठवतो. बागेत लपाछपी खेळताना नातवंडाकडे प्रेमाने पाहतानाची त्यांची मुद्रा माझ्या मनात ठसली आहे. आजीने घरी करून घेतलेली बंगाली मिठाई हा माझ्या आवडीचा विषय. दरवेळी मी भेटलो की माझी उंची किती वाढली? वजन किती आहे? याचा पडताळा घेतला जाई. आजोबांच्या डायरीत सर्व नातवंडांची उंची, वजन नियमित मांडले जाई.'

आमची आजी फार प्रेमळ आहे पण भारी शिस्तीची आहे. ती नेहमी मला सांगते, 'हे तुझे शिकण्याचे वय फार महत्त्वाचे आहे. यातील एकही क्षण आपण वाया घालवता कामा नये. या वयातील एक क्षण वाया जाणे म्हणजे पुढच्या आयुष्यातील कित्येक वर्षे वाया जाण्यासारखे आहे.' ती स्वत:ही शिस्तीची आहे. कुठलाही प्रश्न उभा राहिला की त्याच्या मुळाशी जाऊन ती विचार करते. तिला लोकांची नावे, गावे, पत्ते, सवयी सारे आठवते. आजीचा चेहराच मुळी मायाळू आहे. आपल्या कर्तव्याची जाणीव आणि घरातील जिवलग नातवंडे, मुले यांविषयी खूप प्रेम तिच्या मनात आहे. आम्हा मुलांविषयी आजी–आजोबांना खूप अभिमान आहे. मुलांनाही आमचे आजी–आजोबा परब्रह्मस्वरूप आहेत असे म्हणायला हरकत नाही. माझी आजी ही माझ्या

दृष्टीने प्रेमाचा न संपणारा सागर आहे. जेव्हा शिस्त लावण्याची गरज असते त्यावेळी प्रसंगी ती कठोरही होते. खोली स्वच्छ आणि चांगली ठेवावी, वेळेवर जेवावे, वडीलधाऱ्यांचा आदर करावा अशा छोट्याछोट्या गोष्टीतून तिने आमच्यावर संस्कार केले. तिच्या अंत:करणात अपार करुणा आहे. कोणीही दु:खी, अडचणीत असलेला तिला पाहावत नाही आणि बदलत्या काळातही गतिशील राहून, बदलण्याची शक्तीही तिच्यात आहे. बिर्ला घराण्याचा लौकिक समाजात मोठा आहे त्यामुळे आजोबांशी लग्न करण्यापूर्वी 'मला त्यांना भेटायला हवं' हे आजीनं सांगितले यातच तिचे व्यक्तिमत्त्व प्रतिबिंबित होते.

आजी-आजोबा अजूनही कोलकात्याच्या त्याच घरात राहतात. काही वर्षांपूर्वी त्यांनी आपल्या विवाहाचा वाढदिवस साजरा केला. मला पुष्कळदा असे वाटते की, माझे आजी-आजोबा माझ्यासाठी आहेत ही माझ्यावरची ईश्वराचीच केवढी कृपा आहे पण हे सर्वार्थाने समजायला मला बरीच वर्षे लागली. ज्यावेळी माझे वडील कॅन्सरने आजारी होते त्यावेळी तीन महिने आजी-आजोबा आदित्यच्या उशापायथ्याशी बसून होते. पण आपल्या एकुलत्या एका मुलाच्या मृत्यूला ज्या आध्यात्मिक स्थितप्रज्ञ वृत्तीने त्यांनी तोंड दिले, त्यातून आम्हाला शिकण्यासारखे खूप होते. अशा अवघड प्रसंगी आपणच स्थिरचित्त राहिलो नाही तर कुटुंबातील इतर माणसे कोसळतील, त्यांना सांभाळण्यासाठी तरी आपण स्थिर राहावे. अशी त्यांची धारणा होती. वयाच्या ७४ व्या वर्षी आपला एकुलता एक मुलगा जावा यापेक्षा कोणत्याही वडिलांच्यावर कोसळणारा आपत्तीचा मोठा डोंगर तो काय? पण आपले दु:ख गिळून ज्या तऱ्हेने त्यांनी कुटुंबाला आणि आपल्या उद्योगातील सहकाऱ्यांना सांभाळले यातच त्यांच्या थोर व्यक्तिमत्त्वाची, नेतृत्वशक्तीची परिभाषा कळते. पुष्कळदा मला असे वाटते की, माझ्या आजी-आजोबांच्याबद्दल वृत्तपत्रातून पुष्कळ वाचतो पण माझ्यापुरते म्हणाल, तर त्यांच्या या वृत्तीला एकच विशेषण लागू पडते ते म्हणजे श्रद्धाळू अन् 'स्थितप्रज्ञ.' आयुष्यात बरे-वाईट प्रसंग येतील, पण त्यात ईश्वरावरील श्रद्धा ढळू न देता समभाव राखून वागणे यालाच स्थितप्रज्ञ म्हणायचे. माझे आजी-आजोबा आपली श्रद्धा काय आहे याविषयी कधीच बोलत नाहीत. देव आणि श्रद्धा हे जाहिरात करण्याचे विषय असूच शकत नाहीत हा त्यांचा विश्वास आहे. पण खऱ्या अर्थाने ते श्रद्धा जगत असतात. मला तर पुष्कळदा असे वाटते की, देवाने आजी-आजोबांना निर्माण केले याचे मुख्य कारण असे असेल की देवाला खरोखरीच नितळ प्रेम आणि अपार माया याचे आदर्श रूप माणसात निर्माण करायचे होते.

ज्यावेळी आदित्यविक्रम बिर्ला यांना एम.आय.टी. बोस्टनमध्ये शिकायला पाठवायचे ठरले त्यावेळी पिलाणीच्या बिर्ला इन्स्टिट्यूटची स्थापना झाली नव्हती. ही संस्था स्थापन झाल्यापासून थोड्याच दिवसात बी.आय.टी.एस.चे नाव झाले. इतकी चांगली घरची संस्था असताना कुमारमंगलम्‌ला पिलाणीला न पाठवता लंडनच्या बिझनेस स्कूलला का पाठवले? या न विचारलेल्या प्रश्नाला बसंतकुमारांचे उत्तर असे आहे, बी.आय.टी.एस.मधील प्रवेश हा अत्यंत कडक तपासणीनंतर आणि गुणानुक्रमेच दिला जातो. पण याचा अर्थ असा नव्हे की कुमारमंगलम्‌ला तितके मार्क पडणार नाहीत. तसे मुळीच नाही. कुमारमंगलम्‌ला आपल्या गुणांवर प्रवेश मिळाला तरीही काही लोकांना असे वाटेल की त्याला सहज प्रवेश मिळाला. कारण तो तर कार्याध्यक्षांचा नातू आहे, म्हणूनच त्याला आम्ही लंडनला पाठवायचे ठरवले'' असे सरलाजी सांगतात. केवळ गुणवत्तेवर प्रवेश हा नियम बिर्ला कुटुंबाला लागतो का? यावर बसंतकुमार म्हणाले, 'पूर्वी आम्ही अशा दोन जागा राखून ठेवत होतो, पण हा राखीव कोटा आणि यातून निर्माण होणारे प्रश्न लक्षात घेता त्यांनी ही पद्धतच रद्द करायचे ठरवले. कारण राखीव जागा आहे असे कळल्यावर मंत्री, सरकारी अधिकारी यांचा दबाव येऊ लागला.' बसंतकुमार म्हणतात, ''आम्ही शिष्यवृत्ती द्यायला तयार आहोत, फी भरण्यास तयार आहोत पण प्रवेश मात्र गुणानुक्रमेच व्हावा असा आमचा आग्रह आहे. याकरता सर्वांग-परिपूर्ण आणि हुशार मुलाचा शोध आम्ही घेत असतो.'' शिक्षणसंस्थातून गुणवत्तेलाच प्राथमिकता द्यायला हवी. त्याच्यापुढे इतर सर्व निकष गौण आहेत. हेच शिक्षणाबाबत बसंतकुमारांचे धोरण आहे.

कुमारमंगलम् यांनी दोन बहिणींना ठोक पाठबळ दिले आणि दोन आत्यांना प्रत्यक्ष काम करायला लावून त्या त्यांच्या जीवनात स्थिर होईपर्यंत तो त्यांच्याबरोबरीने राहिला. ईश्वर हा सर्वप्रथम आणि कुटुंब हे नंतर. उद्योगधंद्यात ईश्वराची कृपा आणि श्रद्धा याच्या आधारावर शेवटी आपला जीवनव्यवहार चालतो.

मुंबईच्या सिडनहॅम कॉलेजमध्ये शिकून कुमारमंगलम् याने सी.ए. चा अभ्यास सुरू केला. सरलाजी म्हणतात की, 'बिर्ला घरातल्या चार पिढ्या म्हणजे घनश्यामदास, बसंतकुमार, आदित्यविक्रम आणि कुमारमंगलम् यात कुमारमंगलम् सर्वात हुषार आहे.'' सर्वांना असे वाटते की, बिर्ला कुटुंबाचा अवघड काळ संपला. कुमारमंगलम्‌ने आपल्या सर्व परीक्षा संपवून आदित्यविक्रमच्या व्यवसायात म्हणजे सिमेंट आणि केमिकलच्या उद्योगात काम करायला सुरुवात केली. वडिलांच्या मागे सावलीसारखा राहून तो शिकत होता.

कुमारसाठी बायको शोधायची या विचारात बसंतकुमार आणि सरलाजी होते. या शोधाशोधीनंतर त्यांनी मुंबईच्या कापड उद्योगातील कासलीवाल यांची मुलगी निरजा हिला नातसून म्हणून निश्चित केले. कुमार लंडनला शिकत असल्याने निरजालाही तिकडे पाठवायचे ठरवले.

भारताचे पंतप्रधान नरसिंहराव आणि अर्थमंत्री मनमोहनसिंग यांनी भारताच्या आर्थिक धोरणात आमूलाग्र बदल करून भारतीय उद्योगापुढे कोणता सुवर्णकाळ आहे याची जाणीव करून दिली. कुमार हा एम.बीए. आणि सी.ए होता. त्यामुळे त्याने या नियोजनात धडाडीने पावले टाकली. कुमारमध्ये व्यवस्थापनशास्त्र आणि उद्योग विकासाबाबत ध्येयवादी दृष्टी याचा अपूर्व संगम झाला होता.

याच सुमारास बसंतकुमारांनी आदित्य बिर्ला ग्रुपच्या सर्व कर्मचाऱ्यांना एकत्र बोलावले. त्यांना ते म्हणाले, 'औद्योगिक क्षेत्रांत आदित्यने तेजस्वी कामगिरी केली आहे. आता हे सारे काम त्याचा मुलगा कुमारमंगलम् याने आपल्या खांद्यावर घेतले आहे. तुम्ही त्याला सहकार्य करावे. तुमच्या कामात कुमारमंगलम्ने सांगितल्याशिवाय मी पडणार नाही.'

नवीन उद्योगाचे प्रतीक म्हणून सोनेरी आणि बर्गंडी (लालसर तांबूस)रंगाचे सूर्याचे प्रतीक निर्माण करण्यात आले. त्याखाली लिहिले होते, 'या विषयातला कधीही न संपणारा उर्जास्रोत म्हणजे सूर्य – आदित्य' यामुळे आदित्यच्या सर्व कंपन्यांना त्याची आठवण कायम राहील हे वाक्य जणू काही कुमारमंगलम्ने आपल्या वडिलांच्या कानात सांगावे, इतक्या सहजपणे उद्योगात स्वीकारले. त्याने जणू आपल्या वडिलांना सांगितले की, 'तुम्ही आम्हांला सोडून जाऊच शकत नाही, तुम्हाला सदैव आमच्यातच राहावे लागेल.' ज्याला नेतृत्वाची नैसर्गिक देणगी आहे असा बिर्ला कुटुंबातील पुढच्या पिढीतील मुलगा म्हणजे कुमारमंगलम्. ज्यावेळी त्याने उद्योग जगतात पाऊल टाकले, त्यावेळी आदित्यविक्रमने 'विक्रम सिमेंट' ही कंपनी त्याच्या ताब्यात दिली. ज्या पद्धतीने बसंतकुमारांनी आदित्यविक्रमला दोन कंपन्या दिल्या तीच परंपरा आदित्यने पुढे चालवली. ईश्वराची याहून मोठी देणगी म्हणजे कुमारमंगलम्चा मुलगा आर्यमन यालाही याच पद्धतीने उद्योगात आणले गेले. आर्यमन हा स्वतंत्र प्रवृत्तीचा असला तरी बिर्ला कुटुंबाच्या सर्व परंपरा त्याने अंगी बाणवलेल्या आहेत.

बसंतकुमार यांचा नातू कुमारमंगलम् बिर्ला हा जेव्हा उद्योगात आला त्यावेळी त्याच्या अवाढव्य कंपनीला साजेसा त्याला पगार आणि इतर फायदे देण्यात आले. त्या सुमारास माजी मंत्री यशवंत सिन्हा यांचा मुलगा सुमंत सिन्हा हा न्यूयॉर्कला भांडवल उभारण्याच्या विद्येमध्ये तज्ज्ञ होता. त्याने आपल्याकडे यावे म्हणून कुमारमंगलम्ने दिलेली ऑफर स्वीकारून तो आदित्य बिर्ला ग्रुपच्या अर्थव्यवस्थेचा प्रमुख अधिकारी झाला.

चांगली माणसे शोधायची. त्यांना समाधान वाटेल असा पगार द्यायचा आणि त्यातून आपली 'टीम' तयार करायची हा बिर्ला कुटुंबाचा वारसा त्याने समर्थपणाने पुढे चालवला.

टाटा आणि बिर्ला

तो काळ आणि उद्योगातील उत्कर्ष याबद्दल बोलताना बिर्ला आणि टाटा या दोन घरांची नेहमी तुलना होते त्याबद्दल बोलताना, कुमारमंगलम् म्हणाले, 'स्पर्धा आणि यश यांना आम्ही आमच्या उद्योगाचे निकष कधीच मानले नाही. माझे वडील आणि आजोबा यांनी यशाची वाट चालताना आपल्यात असलेले सर्व गुण पणाला लावून प्रयत्न केले. आपण पुरेपूर प्रयत्न करतो का नाही, हाच त्यांच्या दृष्टीने खरा निकष होता. त्यामुळे कुणाशी तुलना करावी किंवा कुणाशी स्पर्धा करावी असे त्यांना कधीच वाटले नाही.' याविषयी बोलताना बसंतकुमार म्हणाले होते. 'हे तर खरे की, टाटांच्या तुलनेने आम्ही दुसऱ्या क्रमांकावर आहोत पण आम्ही पहिल्या क्रमांकावर असावे असा आमचा आग्रह किंवा हेतू कधीच नव्हता.' टाटा कुटुंबाचे आणि माझे फार जिव्हाळ्याचे स्नेहसंबंध आहेत. आमच्यापूर्वी १०० वर्षे टाटांनी आपल्या उद्योगाला सुरुवात केली आणि त्यांच्या विषयी मला खूप आदर आहे. जे. आर. डी. टाटा यांची आणि माझी अनेकदा भेट झाली. विशेषत: भारत एअरवेज या आमच्या कंपनीसाठी नेहमी चर्चा होत असत. श्री. रतन टाटा यांची आणि माझी अशीच मैत्री आहे. रतन टाटांविषयी मला खूप कौतुक आहे. कारण त्यांनी टाटा उद्योग समुहाला फार वेगाने पुढे नेऊन प्रगती केली आहे. भूतकाळात राहून नेतृत्त्व करणारी बरीच माणसे असतात, पण त्यामुळे प्रगतीपेक्षा गोंधळच निर्माण होतो. परंतु या उद्योगाला रतन टाटांनी शिस्त लावली. भविष्याची दूरदृष्टी दिली. रतन टाटा हे अतिशय प्रामाणिक गृहस्थ आहेत. त्यामुळे त्यांनी सर्व उद्योगांची रचना नव्याने केली आहे. परस्पर स्पर्धा हा निकष त्यांच्या मनात कधीच नव्हता आणि आमच्याही मनात तो कधीच नाही. माझा मुलगा आदित्यविक्रम वारल्यानंतर रतन टाटा हे स्वत: आमच्या घरी आलेले पहिले स्नेही. ते सागरलहरी या आमच्या मुंबईच्या घरी आले, इतकेच नाही तर स्मशान यात्रेबरोबर घाटावर आले आणि सर्व संस्कार पूर्ण होईपर्यंत तेथेच थांबले

घनश्यामदासांनी कुमारमंगलम् आणि त्याची धाकटी बहीण वासवदत्ता यांचे प्रचंड कोडकौतुक केले. तीच परंपरा बंसतकुमार आणि सरलाजी यांनी आपल्या नातवंडाच्या बाबतीत चालवली पण मुले जशी वाढू लागली तसे बसंतकुमारांच्या लक्षात येऊ लागले, की या मुलांना आपले स्वत:चे आयुष्य आहे. त्यामुळे ती फार काळ या नात्यात अडकून पडणारी नाहीत, हे आपण समजून घ्यायला हवे.

१०

बसंतकुमार आणि सरलाजी यांचे सहजीवन

जुलै १९८६ मध्ये सरलाजींनी ज्यावेळी छातीत दुखते आहे अशी तक्रार केली, त्यांना खूप घाम येऊ लागला, तेव्हा सर्वच जण खूप घाबरले. आदल्याच दिवशी त्या आपल्या विधवा बहिणीला भेटून आल्या होत्या. कोणत्याही संकटाच्यावेळी बसंतकुमारांच्या खांद्याला खांदा लावून संकटाला तोंड द्यायला सरलाजी तयार असत पण आज त्यांच्याच भोवती ही आजाराची वावटळ फिरू लागली. सुदैवाने डॉक्टरांच्या हाताला यश आले आणि सरलाजी त्यातून वाचल्या. २२ जुलै १९८६ ला बसंतकुमारांना आपली पत्नी जाते की काय या भयाने ग्रासले होते. कारण त्या दिवशी सरलाजींना हृदयविकाराचा झटका आला होता. पण सुदैवाने या जीवघेण्या आजारातून त्या वाचल्या. याचा परिणाम असा झाला की आदित्यविक्रमने हृदयरोगाविषयी जे जे वाचता येईल ते ते वाचले. सरलाजींवर बसंतकुमार आणि त्यांच्या मुली कायम लक्ष ठेवून होत्या. त्यामुळे एकदा सरलाजींनी रोखठोक शब्दांत त्यांना सांगितले की, 'यापुढे माझे आयुष्य मी नेहमीप्रमाणे जगणार आहे. त्यामुळे मी काय करावे आणि काय करू नये याबद्दल मला कोणी शिकवू नये.' यामुळे सारेच अस्वस्थ झाले. सगळ्यात स्वस्थ होता तो आदित्य. त्याच्याही लक्षात आले होते की, त्याची निग्रही आई दुसऱ्या कोणाचेही ऐकण्याच्या मन:स्थितीत नाही. या आजारातून आपण बाहेर कसे यावे याच्यासाठी स्वत:च्या पुनर्वसनाचा कार्यक्रम सरलाजींनी स्वत:च ठरवला. त्यांनी हळूहळू आपल्या व्यायामात वाढ केली, आहार कमी केला, औषधोपचार नियमित केला, घरातील सर्वांना चिंतामुक्त करण्याचा प्रयत्न केला. सरलाजी म्हणतात, 'माझ्या तब्येतीविषयी असा 'फस्' केलेला, इतके अवडंबर माजवलेले मला आवडत नाही.'

त्या बऱ्या झाल्या आहेत हे कळल्यावर बसंतकुमारांनी देवघरात देवापुढे डोके टेकून सुटकेचा निश्वास टाकला आणि दु:ख निवारण झाले ही ईश्वराची कृपा मानून अश्रू वाहू दिले. त्यांना वाटले की, आपल्या आयुष्यातील अवघड काळ संपला, पण तसे व्हायचे नव्हते. नंतरच्या काही महिन्यातच त्यांची मुलगी मंजुश्री आपल्या ६ वर्षाच्या विदुला नावाच्या मुलीला घेऊन आपले सासर कायमचे सोडून आई-वडिलांकडे आली. या १९८६-१९८७ च्या कालखंडात बसंतकुमारांना निराशेने ग्रासले. त्यांच्या मनात वारंवार विचार येत की 'आपण हे सगळे कशा करता करतो आहोत? इतकी सगळी डोकेदुखी, इतकी सगळी धडपड यानंतरही आपल्या जीवलगांच्या ताटातुटीच होणार असतील तर हा सगळा उपद्व्याप कशासाठी? पुष्कळशी माणसे ६४-६५ व्या वर्षी निवृत्त होतात आणि आपली सूर्यास्ताची वाटचाल सुरू करतात, मग आपणच का निवृत्तीचा विचार करू नये.' ज्याला आपण स्मशान वैराग्य म्हणू अशा भावनेने बसंतकुमारांना घेरले होते.

परंतु हा निराशेचा आणि वैराग्याचा काळ फार टिकला नाही. बसंतकुमारांच्यातील आशावाद परत जागृत झाला. ते म्हणत होते, 'आजार किंवा मृत्यू ह्या आयुष्यातील अटळ घडामोडी आहेत.' तरीही एकदा त्यांनी सरलाजींना विचारले, 'मी आता माझ्या साऱ्या उद्योगातून आणि साऱ्या धावपळीतून निवृत्त होऊ का?' सरलाजींनी त्यांच्याकडे 'हे असंभव आहे' अशा दृष्टीने पाहिले आणि त्या म्हणाल्या, 'निश्चितपणे नाही. फार तर तुमचा एक निश्चय मला मान्य आहे आणि तो म्हणजे आता कोणतीही नवीन कंपनी तुम्ही काढायची नाही.'

सरलादेवींना गाण्याची खूप आवड आहे. त्या चांगलं गातात. त्यांनी गायलेल्या भजनाच्या कॅसेट्सही आहेत. बसंतकुमार स्वत:विषयी म्हणतात, 'ज्यावेळी ईश्वराने गोड आवाजाची देणगी वाटायला सुरुवात केली त्यावेळी मी मात्र कुठे तरी थोडी डुलकी घेत असावा, त्यामुळे गोड आवाजात गाणे मला शक्य झाले नाही. माझा आवाज सर्वसाधारण आवाजापेक्षाही खूपच खाली खर्जात आहे.' एकदा असे झाले १९८२ साली कलामंदिराच्या एका कार्यक्रमात बसंतकुमार आणि सरलाजी यांनी एक द्वंद्व गीत गावे असे ठरले. त्या दोघांची गाण्याची प्रॅक्टीस चालू असतानाच बसंतकुमारांच्या लक्षात आलं की जाहीर कार्यक्रमात गाण्याचं कबूल करून आपण खूप मोठी चूक केली आहे, पण होणारे काही टळत नाही. कलामंदिराच्या कार्यक्रमात दोघे स्टेजवर आल्यावर प्रेक्षकांनी टाळ्या वाजवून वाजवून त्यांना गायलाच लावले. बसंतकुमार म्हणतात, 'या टाळ्या माझ्या गाण्याकरता नव्हत्या तर मी केलेल्या धाडसाकरता होत्या.'

बसंतकुमारांना निसर्गाची, झाडांची, वनस्पतींची खूप आवड होती. आई आजारी असताना सिमल्याजवळच्या सोलन या गावी सर्वजण राहायला गेले होते. या काळात त्यांची अनेक झाडांशी मैत्री झाली होती, झाडांवर त्यांनी भावासारखे प्रेम केले. त्यामुळे सोलन सोडताना प्रत्येक झाडाचा त्यांनी प्रेमभराने निरोप घेतला होता. ज्यावेळी त्यांना कळले की, सरला बियाणी बिर्ला यांनाही झाडे आणि वनस्पती याविषयी खूप प्रेम आहे, त्यावेळी त्यांचा आनंद द्विगुणीत झाला. कोलकात्याला बिर्ला पार्कमध्ये काही वर्षांपूर्वी त्यांनी पिंपळ, तुळस आणि लिंबाची झाडे लावली. रोज सकाळी बागेत फेरफटका मारताना, झाडांना पाणी घालताना ते झाडांशी जणू बोलतात. ते म्हणतात की, 'ज्यावेळी तुम्ही झाडे लावता त्यावेळी तुमचा स्पर्श झाडाला कळू लागतो. विशेषत: अश्वत्थ वृक्ष की ज्याच्या छायेत भगवान बुद्धाला ज्ञान प्राप्त झाले किंवा तुळस जिचे श्रीकृष्णावर प्रेम होते.' या सर्व वृक्षवल्लींवर बसंतकुमार आणि सरलाजींनी मनसोक्त प्रेम केले आहे.

कोलकत्याला असताना बसंतकुमार आणि सरला यांनी रोज संध्याकाळी घराच्या बागेत भेटायचे ठरवले. एका विशिष्ट बाकावर बसून सरलाजी बसंतकुमारांची वाट पहात असत. बसंतकुमार आल्यावर ते सरलाला उद्योगात रोजच्या रोज घडणाऱ्या नव्या घडामोडी समजावून सांगतात. कितीही त्रास झाला तरी बसंतकुमार उद्योगातील बारकावे पुन्हा पुन्हा समजावत. तिने विचारलेल्या प्रश्नांची न कंटाळता उत्तरे देत. तिची समजूत पटली आहे अशी खात्री झाल्यावरच ही चर्चा संपत असे. सुरुवाती-सुरुवातीला बसंतकुमारांना कंटाळा आणि राग येत असे पण नंतर त्यांच्या लक्षात आले की सरलाजींची समज फारच चांगली आणि आकलनशक्ती तीव्र आहे. त्यांना खंबीर मन आहे आणि न्याय-अन्यायाच्या बाबतीत त्यांची मते ठाम आहेत. त्याचा परिणाम असा झाला, की बसंतकुमारांना सरलाच्या रूपाने एक मोठा वैचारिक भागीदार आणि एक ज्येष्ठ विश्वासार्ह सल्लागार मिळाला. युद्धकाळात झपाट्याने बदलणाऱ्या परिस्थितीत बसंतकुमारांनी जे जे निर्णय घेतले त्यात सरलाजींचा फार मोठा वाटा होता.

बिर्ला घरात मुलांना काही तरी गिफ्ट देण्याची प्रथा आहे. बसंतकुमारांना ते १० वर्षांचे असताना वडिलांनी कोडॅकचा बॉक्स कॅमेरा भेट दिला. त्यातून एक उत्कृष्ट छायाचित्रकार निर्माण झाला. बसंतकुमार म्हणतात एक उत्कृष्ठ छायाचित्रकार व्हायचे असेल तर तुमची उत्सुकता, कुतुहल, योग्य कोन, प्रकाश मिळेपर्यंत धीर धरण्याची ताकद आणि त्याच बरोबर सौंदर्यदृष्टीही असावी लागते. चांगला विषय समोर दिसला तरी त्याचा चांगला फोटो येण्याकरता योग्य वेळ आणि संधी शोधावी लागते. बसंतकुमारांच्या ७० व्या वाढदिवशी सरलाजींनी स्वत:च्या हस्ताक्षरात एक पुस्तक तयार करून त्यांना भेट दिले. 'अनाहत की झंकारे' हे त्या पुस्तकाचे शीर्षक आहे. ही

भेट न घेणे किंवा परत करणे हे बसंतकुमारांना शक्य नव्हते, कारण ही भेट इतकी अनपेक्षित आणि सुंदर होती की डोळ्यातून आनंदाश्रू वाहूनच पत्नीचे आभार मानणे शक्य होते. यापलीकडे बसंतकुमार काहीच करू शकत नव्हते. त्यांच्या भोवतालच्या माणसांना यांचे खूप आश्चर्य वाटते, की हे दांपत्य इतकी वर्षे एकमेकांच्या प्रेमात राहू कसे शकते. त्यांची मुलगी मंजुश्री म्हणते, 'या पुस्तकाचे शीर्षक 'जगातील सर्वांत रोमॅन्टिक कपल' असे असायला पाहिजे.' गंमत म्हणजे पुस्तक लिहिण्याचे काम बसंतकुमारांच्या नजरेआड आणि गुप्ततेने करायचे असल्याने सरलाजी कित्येक दिवस, कित्येक महिने ते लिहित होत्या.

तीन वर्षानंतर सरलाजी ज्यावेळी ७० वर्षांच्या झाल्या त्यावेळी बसंतकुमारांनी त्यांना अनोखी भेट देण्याचे ठरवले. या भेटीच्या तयारीसाठी ते २ वर्षे काम करत होते. त्यांनी स्वत: सरलाजींच्या हिंदी पुस्तकाचे इंग्रजी भाषांतर केले आणि त्याला शीर्षक दिले 'अक्षय संगीत' त्यांची १५ वर्षांची नात विदुला हिने या पुस्तकाचे हस्ताक्षर कलमकारी पद्धतीने काढले. आता मात्र आनंदाश्रू गाळण्याची वेळ सरलाजींची होती.

जागतिक कीर्तीचे नर्तक उदयशंकर आणि त्याच्या घरातील मंडळी यांच्याशी बिर्ला कुटुंबाचा जवळचा संबंध होता. उदयशंकरच्या कला विकासाकरता बिर्ला कुटुंबाने खूप मदत केली. उदयशंकरचे बंधू आनंदो वारल्यानंतर त्यांच्या विधवा पत्नीची तनुश्रीची हालहवाल सरलाजी बघत असत. तनुश्री आणि तिची मुलगी श्रीनंदा यांना एकटे वाटू नये म्हणून सरलाजी सतत प्रयत्न करीत. आनंदो वारल्यानंतर वृत्तपत्रात आलेल्या एका सुंदर जाहिरातीत सूर्यावरचा एक श्लोक होता, तो सरलाजींना खूप आवडला आणि त्याचा उपयोगही त्यांनी करून घेतला. आदित्य, मंगलम्‌च्या कंपन्यांकरता त्या श्लोकाचा खूप उपयोग केला गेला.

बसंतकुमारांना आता जाणवू लागले की, आपण आता अशा वयात आलो आहोत की, आपल्या संपत्तीचे विभाजन करण्याची वेळ आली. आज होईल, उद्या होईल असे म्हणून चालणार नाही. वाटणी ही अशी व्हायला हवी की ज्यात कोणाचाही वैयक्तिक अपमान होणार नाही, कोणाचे मन दुखावले जाणार नाही किंवा कुणालाही असे वाटू नये की मी माझ्या आई–वडिलांचा विशेष लाडका होतो म्हणून मला काही अधिक दिले गेले. बसंतकुमार म्हणतात, '६५ वर्षांपूर्वी माझ्या वडिलांनी केसोराम नावाची गिरणी मला दिली. ५० वर्षांपूर्वी सेन्चुरी ही दुसरी गिरणी मला दिली. या दोन्ही गिरण्यांचा मी विकास केला. त्यामुळेच मला हे विभाजनाचे काम आवश्यक वाटले.'

पहिली गिरणी दिली त्यावेळी बसंतकुमारांचे वय १५ वर्षांचे होते. त्यावेळी घनश्यामदासांना असे वाटे की या मुलाच्या हाताला परिसाच्या स्पर्शाची किमया आहे.

ज्याला हात लावेल त्याचे सोने होईल. ज्या ज्या धंद्याला त्यांनी सुरुवात केली त्या त्या धंद्याचे सोने झाले. त्यामुळे प्रत्येक उद्योगातून समृद्धी वाढत गेली. सरलाजींशी लग्न झाल्यानंतर रोज सायंकाळी एकमेकांशी बोलताना याविषयी चर्चा होई आणि ते म्हणत, 'आपल्याला दोन वेळेला जेवायला आणि मुलांचे भविष्य घडवण्यास जेवढे पैसे लागतात तेवढेच पुरे. उरलेले सगळे पैसे देशाच्या आणि समाजाच्या विकासासाठी वापरावेत. महात्माजींच्या उपदेशानुसार आपण या निधीचे केवळ विश्वस्त आहोत. त्यामुळे हे वरचे पैसे आपण समाजाला तरी परत करायचे किंवा ज्यांना याची खरोखर गरज आहे त्यांच्यासाठी वापरायचे.'

सरलाजींचे बालपण अशा घरात गेले की, जिथे देशभक्ती हाच त्या कुटुंबाचा मूलाधार होता. त्या शिकल्या पण बिर्लांशी लग्न झाल्यावर त्या संपूर्णपणे त्या पारंपरिक संस्कृती संपन्न घराच्या प्रथम सून आणि कन्या आणि नंतर आई बनल्या. त्यांच्या डोळ्यापुढे नेहमी हाच मंत्र असे – ''असतो मा सद्गमय, तमसो मा ज्योतिर्गमय, मृत्योर्मा अमृतं गमय'' या मंत्रातले अक्षर न अक्षर त्यांनी आपल्या आयुष्यात आचरले. खोटेपणा टाकून, सत्याची कास धरावी, अंधारातून प्रकाशाकडे जावे. मर्त्य जीवनाकडून अमृताकडे जावे. त्यामुळेच अध्यात्मातील सत्य, ज्ञानाचा प्रकाश आणि भारतीय संस्कृतीचा प्रसाद ईश्वराने या दोघांना दिला आहे.

एकदा असा प्रसंग घडला की, पिलाणीमध्ये समारंभ चालू असताना एक माणूस व्यासपीठावर आला आणि अद्वातद्वा बोलू लागला, त्याला व्यासपीठावरून बाजूला करण्याचे प्रयत्न समारंभाचे नियोजन लोक करत होते, पण बसंतकुमार म्हणाले त्याला ढकलू नका त्याला काय म्हणायचे ते म्हणू द्या. आपण ऐकू. त्या माणसाने आपली सरबत्ती सुरू केली. बसंतकुमारांनी शांतपणाने सर्व ऐकून घेतले त्यांच्या या वृत्तीमुळे त्या माणसाचा आवेश निवळत गेला आणि कसनुसं हसत तो व्यासपीठावरून गेला व समारंभ पुन्हा सुरू झाला. इतक्या साऱ्या रागाचा भडिमार बसंतकुमारांनी का सोसला? त्यावेळी बसंतकुमार म्हणाले, ''साऱ्याच माणसांनी आपल्याविषयी सदैव चांगले बोलावे हा आग्रह का? तुमच्या वागण्यात कोणाला तरी दोष सापडणे शक्य आहे. लहानपणी माझा स्वभाव अशा बाबतीत थोडा चिडखोर होत असे पण आता मात्र मी संतुलन साधले आहे.''

मला असं वाटतं की ही संतुलित आध्यात्मिक प्रवृत्ती बिर्ला घराण्याच्या कित्येक पिढ्यांमध्ये चालत आलेली आहे. बसंतकुमार त्यांचे आजी आजोबा त्यांच्यापासून सुरू झालेली परंपरा थेट त्यांचा पणतू आर्यमन पर्यंत येऊन पोहचते. या सर्व पिढ्यांमध्ये आणखी एक समान गुण आहे तो म्हणजे परस्परांविषयी असणाऱ्या आदराचा आणि प्रेमाचा आणि यासर्व पिढांच्यामध्ये आणि घरातील सर्वच माणसांमध्ये असणारा सुसंवाद ही एक ईश्वरी देणगी मानली जाते.

बसंतकुमारांच्या बाबतीत असे दिसते की, त्यांच्या जवळ आई नव्हती ती फार लवकर वारली, वडील उद्योगधंद्यात व्यस्त असत पण असे असूनही बसंतकुमार हे सदैव आज्ञाधारक आणि सत्याचा मार्ग न सोडणारे असेच राहिले. सरलादेवींच्या बाबतीत हेच घडले. त्यांच्या घरामध्येसुद्धा देशभक्ती आणि संस्कार यांच्या मिश्रणानेच त्यांचे व्यक्तिमत्त्व घडवलं गेलं. कॉलेजात असताना त्यांची स्वतंत्र वृत्ती दिसत असे पण लग्न करून सासरी गेल्यानंतर भारतीय नारीचा आदर्श त्यांनी आपल्या सर्वांच्यापुढे ठेवला आहे.

बिर्ला घरात आणखी एक विशेषता: आहे ती म्हणजे बहुतेक मुला-मुलींची लग्ने लवकर होतात आणि झालेला विवाह जन्मोजन्मी टिकावा असेच परस्परांशी वागणे असते. बिर्ला घरामध्ये लग्न ही गोष्ट फार गंभीर दृष्टीने घेतली जाते, कारण या घराचा वारसा जपणे ही सर्वांच्याच दृष्टीने फार महत्त्वाची गोष्ट आहे. या सगळ्या कुटुंबात एकच माणूस असा होता की ज्याने या परंपरेला अपवाद निर्माण केला. परंतु तो बदलत नाही हे लक्षात आल्यावर त्याला बिर्ला घरातूनच वगळल्यासारखे झाले. कुठेही तेढ निर्माण होऊ नये आणि झाली तरी ती शक्य तितक्या तेवढी नष्ट व्हावी असाच प्रयत्न बसंतकुमार यांचा असतो. पंडित नेहरू व बसंतकुमार यांच्या संबंधात पुष्कळ दिवस एक प्रकारचा थंड कोरडेपणा होता, पण नंतर बिर्ला कुटुंबात पंडित नेहरू आल्यानंतर वातावरण मोकळे झाले. तेव्हापासून दरवर्षी १४ नोव्हेंबरला घन:श्यामदास बिर्ला नेहरूंच्या वाढदिवसासाठी त्यांच्या वयाइतके रुपये म्हणजे ७०,००० ते ७१,००० असे पाठवित असत. पंडित नेहरूंनी लिहिले की, अशा तऱ्हेची वाढती गिफ्ट घेणे मला फार अवघड वाटते. पण एकदाका नेहरू आणि बिर्ला या दोन्ही कुटुंबात सामंजस्य निर्माण झाले त्यानंतरच्या बहुतेक सर्व छायाचित्रात पंडित नेहरूंनी सरलादेवींच्या खांद्यावर हात ठेवलेला आपल्याला दिसतो. यावेळी बसंतकुमारांना विचारले की तुम्हाला यामुळे जेलसी तर वाटत नाही? त्याला बसंतकुमारांनी उत्तर दिले की नेहरू आमच्या कुटुंबाचाच एक भाग आहेत आणि कुटुंबातील व्यक्तींची एकमेकात स्पर्धा असतच नाही. एकदा असाही प्रश्न विचारला गेला की ज्यावेळी स्त्रिया सार्वजनिक समारंभात जातात मग क्वचित काही सिगारेट ओढतात, मद्य घेतात असे उद्या तुमच्याकडे होईल का? त्यामुळेच बसंतकुमार म्हणाले, 'आमच्या घरात शक्य नाही. स्त्रिया रात्री रेस्टॉरन्टमध्ये जेवायला जातात, दारू पितात बेबंद वागतात कारण त्यावेळी त्यांच्या घरात तेच वळण असते त्यामुळे असे घडते. बिर्ला कुटुंबियातील स्त्रियांना अशा तऱ्हेचे वागण्याचे वळणच नाही.' तुमच्या घरातील सर्व बहुतेक विवाह स्थिर आहेत याचे कारण काय? या प्रश्नाला बसंतकुमार उत्तर देतात की, 'बिर्ला कुटुंबात बहुतेक लग्ने वडिलधाऱ्यांनी ठरवलेली आहेत. गंगा नदी इतकीच ही परंपरा जुनी आहे. आमच्याकडे लग्ने बहुधा लहान वयातच होतात. लग्नाच्यावेळी बसंतकुमार यांचे वय २१ तर सरलादेवींचे वय १७. आदित्याचे लग्नच्या वेळचे वय २२

तर राजश्री केवळ १८ वर्षाची होती आणि त्यांचे लग्न ८ वर्षांपूर्वीच ठरलेले होते. कुमारमंगलम्‌चे वय २३ असताना नीरजाशी झाले त्यावेळी नीरजा १७ वर्षाची होती. यापद्धतीमुळे आमच्या घरात लग्न हे एक पावित्र्याचे बंधन, एक सांस्कृतिक संस्कार असे मानले जाते. लग्न हा केवळ कायदेशीर व्यवहार नसतो.

या सर्वांपेक्षाही त्यांनी आपल्या मुला-नातवडांना जी पत्रे लिहिली त्यामधून त्यांच्या स्वभावाचा चांगलाच प्रत्यय येतो. बहुतेक पत्रे ही बसंतकुमार सरलाजी यांनी एकत्रच लिहिलेली आहेत.त्यातील काही पत्रे मला विशेष उल्लेखनीय वाटतात. उदाहरण:- त्यांनी आपल्या नातीला म्हणजे मंजुश्रीला लिहिलेले पत्र असे आहे.

''केव्हांतरी तू बागेमध्ये कोलकात्याच्या आपल्या घरात उभी राहून आपल्या घरातील झाडे व फुले पाहत असशील. ज्यावेळी त्या पानाफुलांचे रंगरूप आणि सौंदर्य न्याहाळशील आणि बदलत्या ऋतू बरोबर बदलणारे झाडांचे आणि आभाळाचे रंग पहात असशील त्यावेळी अचानक वाऱ्याची झुळुक येईल आणि त्या झुळकेचा उबदार स्पर्श तुझ्या गालावरून जाईल. त्यावेळी तुझ्या असे लक्षात येईल की तुझ्या बरोबर आम्ही तिथे आलेले आहोत. तू कधी मंजुश्रीच्या चहाच्या मळ्यात उभी राहिलीस आणि समोरच्या डोंगर उतारावरील झाडीकडे पाहत असशील त्यावेळी अचानक ती चहाच्या रोपांची हिरवीनिळी झालर मंद हवेवर हलायला लागली तर तुझ्या लक्षात येईल की आम्ही आजी आजोबा तिथे आलेलो आहोत.

'तुझा जन्म झाला त्या लहान वयात आदित्य आणि राजश्री तुला एखाद्या बाहुलीसारखी नटवत असत. दरवर्षी तुला वाढताना आम्ही पाहत होतो आणि दरवर्षी तुझ्या व्यक्तिमत्त्वात येणारी एक नवीन झळाळी आम्हाला दिसत होती.'

अशाच तऱ्हेचे एक पत्र नातू कुमारमंगलम्‌ याला आजी-आजोबांनी लिहिलेले आहे.

प्रिय कुमारमंगलम्,

मी दादोजी. तुझा आजोबा, माझ्या शेजारी तुझी आजी बसलीय. सुरुवातीलाच मला तुला सांगायचे आपल्या घरातील सर्व माणसांपेक्षा तू वेगळा आहेस असे आम्हाला नेहमीच वाटत आले आहे. तू नम्र आहेस, कमी बोलतोस आणि जेव्हा बोलतोस त्यावेळी शब्दयोजना फार काळजीपूर्वक करतोस, तुला स्वत:चे स्वतंत्र विचार आहेत, तू कधी तोल सोडून रागवला आहेस हे मला आठवतच नाही. तुझ्या वडीलांच्या मृत्यूनंतर आपण गाडीने परत येत होतो आणि त्यावेळी बोलता बोलता तू एकदम एक्साईट झालास; परंतु ती एकच वेळ मला आठवते.

आम्हाला ठाऊक आहे की तुझ्या मनाचा निर्धार पक्का असतो, वृत्तपत्रातून तुझ्याविषयी येणारे कौतुकाचे शब्द वाचताना आम्हाला बरे वाटते. आदित्यला पुष्कळदा बोलताना, वागताना धीर नसायचा.आपल्या कर्मचाऱ्यांशी बोलताना तो क्वचित मूर्ख, गाढव असे शब्द वापरायचा पण लवकरच आदित्यची ही सवय गेली पण तुझ्यामध्ये ही सवय कधीच नव्हती. प्रत्येक आठवड्याच्या शेवटी तू कुटुंबासाठी वेळ देतोस ही किती चांगली गोष्ट आहे. मी आणि तुझी आजी रोजच्या रोज झालेल्या कामाचा आढावा संध्याकाळी घेतो. आज तुझ्याकडे ३५-४० कंपन्या आहेत आणि माझ्यापेक्षा तू चौपट, पाचपट काम करतोस. तुला सल्ला द्यायचा तर एकच देता येईल की तू थोडा तुझ्या उद्योगधंद्याच्या पलीकडे बघायला शीक. तुझ्या वयाचा असताना मी संगीत, कला, मंदिर आणि बिर्ला ॲकडमी यांच्याकडे लक्ष द्यायला सुरुवात केली होती असा काहीतरी सांस्कृतिक कामाचा भाग तू उचलावास असे वाटते. सर्वांना आपल्या सर्व कुटुंबाला तुझा अभिमान आहे, तुझ्यावर ईश्वराची कृपा राहावी हीच माझी प्रार्थना.

त्यांनी आपली नातसून नीरजा हिला लिहिलेले पत्र असे आहे :

ज्यावेळी पहिल्या प्रथम तुला बघायला आदित्य आणि आम्ही आलो त्याचवेळीच आम्हाला तुझ्यामधल्या गुणविशेषाची ओळख झाली. तुझ्या आयुष्याचे धागे हे नवरा आणि मुलं यांच्याभोवती गुंतलेले आहे. तुझे नवीन घर ज्या पद्धतीने सजवलेले आहेस त्यावरून तुझ्या सौंदर्यदृष्टीची सर्वांना साक्ष मिळते. कुणाचीही मदत न घेता तू ही सजावट केलीस आणि घराला एक वेगळेच स्वरूप दिलेस. ज्या सुंदर पद्धतीने तू घरामध्ये छोटेसे सिनेमा थिएटर व पोहण्याचा तलाव केलास त्यातूनच आम्हाला तुझ्या कलात्मक दृष्टीची जाणीव झाली. ज्या पद्धतीनं तू तुझ्या मुलांना वाढवत आहेस त्याचे आम्हाला खूप कौतुक आहे. तुझी मुलगी अनन्यश्री हिने उद्योगात मिळवलेले प्रावीण्य आणि मुलांना तू दिलेली शिकवण यामुळेच कुमारला आपल्या कामाकडे लक्ष देणे शक्य झाले. ज्याप्रमाणे आम्ही दोघे रोज आज झालेल्या कामाचा ताळेबंद एकत्र बघतो त्याप्रमाणे कुमार आणि तू यांनी रोजच्या रोज ताळेबंद बघावा असे आम्हाला वाटते.

ज्या आध्यात्मिक पद्धतीने बसंतकुमार आणि सरलाजी यांनी आपले जीवन घडवले आहे, त्यांचेच संस्कार त्यांनी पुढच्या पिढीवर केले. त्यामुळेच आदित्यविक्रम, कुमारमंगलम् आणि आता आर्यमन यांची प्रगती झाली आहे. पण सुदैवाने कोणालाच अहंकाराचा वारा लागला नाही. उलट ईश्वरी सान्निध्याचा सुगंध त्यांना लाभला. त्यांचे चरित्र हीच खरी संस्कारगाथा.

आजोबा आदित्यविक्रम बिर्ला .....
आणि नातू...... आर्यमन विक्रम बिर्ला

परिशिष्ट

निवडक पत्रे

बिर्लांच्या घरात वडिलांनी मुलाला, आजोबांनी नातवाला किंवा सुनेला लिहिलेली अनेक पत्रे आहेत. त्यांपैकी निवडक पत्रे या परिशिष्टात देत आहोत. त्यावरून या नातेसंबंधांचा, घरातल्या शिक्षणाचा आणि संस्कारांचा प्रभाव आपल्या लक्षात येईल.

पत्र पहिले : आजोबा आणि नातू. घनश्यामदास आणि आदित्य

आपला १४ वर्षांचा नातू आदित्य याला घनश्यामदास बिर्ला यांनी लिहिलेले हे पत्र. त्यांच्या या पत्रातून त्यांनी आदित्यला अनेक गोष्टी समजावून सांगण्याचा प्रयत्न केला आहे. कॅनडा आणि अमेरिकेचा भूगोल नकाशावरून कसा समजून घ्यावा, घनश्यामदास बिर्ला यांची अमेरिकन दूरदर्शनवरची मुलाखत, एकाच वेळी दहा हजार विमाने आभाळात उडत असताना त्यांचे नियंत्रण कंट्रोल टॉवरवरून कसे केले जाते या व अशा अनेक बारीक-सारीक तपशिलाने ही पत्रे भरलेली आहेत.

ते लिहितात, *'आज पत्रात मी ज्यांचा उल्लेख केलेला आहे ती सारी गावे म्हणजे ओटावा, टोरँटो, शिकागो व लंडन ही कुठे आहेत, कोणत्या देशात आहेत हे सारे तू नकाशातून शोधून काढ. मला असे वाटते की, इथे अमेरिकेत जे मी आपल्या उद्योग-विकासासाठी करतो आहे त्याचा तू लक्षपूर्वक अभ्यास करावास. आज आपल्या उद्योगाच्या पुढे कोणते प्रश्न आहेत, त्या प्रश्नांना कोणती उत्तरे आहेत, ती कशी शोधता येतील हे सारं तू समजावून घे. त्याचा विचार कर. अडेल तर मला विचार. आपल्या उद्योगाच्या न्यूयॉर्क येथील ऑफिसमध्ये कोनेली नावाचे आपले मॅनेजर आहेत. त्यांचा मुलगा १२-१३ वर्षांचा आहे. मला तो खूप चलाख वाटला. त्याचे सामान्यज्ञान खूपच चांगले आहे. तुला जमले तर त्याला जरूर भेट.*

या बाबतीत अलीकडेच मी वाचलेला एक विनोद सांगतो. 'रस्ता तयार करण्यावरच्या कामावर दोन इंग्रज मजूर आपापसात बोलत होते. पहिला म्हणाला, इंग्लडने अमेरिकेविरुद्ध युद्ध पुकारावे. त्यात आपला नक्कीच पराभव होईल. त्यांनतर आपले सर्व आर्थिक प्रश्न संपून जातील. कारण पराभूत राष्ट्रांचे आर्थिक प्रश्न सोडवण्याबाबत उत्सुक असलेली अमेरिका आपल्याला भरपूर मदत करेल, शिवाय युद्ध संपल्यामुळे आपल्याला सैन्य, आरमार आणि विमानदल या कशाचीच गरज

लागणार नाही. यामुळे आपल्या देशाची अर्थव्यवस्था पुन्हा एकदा मार्गाला लागेल. यावर तो दुसरा मजूर म्हणाला, 'तुझी कल्पना खरोखर चांगली आहे यात मला शंका नाही पण समजा चुकूनमाकून आपणच अमेरिकेचा पराभव केला तर? यावर पहिला म्हणाला, आपण अमेरिकेचा पराभव करू ही फार क्वचित घडणारी किंवा न घडणारी गोष्ट आहे असे मला वाटते.' यावर टिप्पणी करताना आजोबांनी नातवाला लिहिले आहे, "आदित्य, महायुद्धातला जय आणि पराजय यांमुळे अर्थव्यवस्थेत केवढा तरी बदल होऊ शकतो. हा बदल केवळ युद्धात गुंतलेल्या देशातच नव्हे तर पारतंत्र्यात असणाऱ्या देशांतही होतो. याबाबत तू अभ्यास कर. त्यामुळे युद्धोत्तर काळात, भारताने उद्योगक्षेत्रात काय करायला हवे याची तुला कल्पना येईल."

आदित्यच्या आजोबांनी त्याला छोट्या-मोठ्या गोष्टींतही मार्गदर्शन केले आहे. "स्विमिंग पुलामध्ये सूर मारू नकोस, कारण पाण्याचा तळ किती खोल आहे हे तुला एकदम कळणार नाही. खूप उशिरा रात्रीपर्यंत अभ्यास करू नकोस, पहाटे लवकर उठून केलेला अभ्यास चांगला लक्षात राहतो. ज्यावेळी बर्फ पडत असेल किंवा गार वारे वाहत असतील त्या वेळी ग्रेट कोट न घालता बाहेर पडू नकोस. अमेरिकेत रात्री पार्टीला जाणे, मुलींबरोबर फार मोकळेपणाने वागणे, उशिरा रात्रीपर्यंत फिरणे, दारू पिणे हे सारे टाळ. परदेशात आपल्या वागण्याविषयी खूप काळजी घ्यायला हवी, असे आजोबा त्याला वारंवार सांगत.

घनश्यामदासांच्या प्रत्येक पत्रात आपल्या नातवाबद्दल काळजी पुरेपूर व्यक्त होत होती, एका पत्रात ते लिहितात, *'एक गोष्ट तू कायम लक्षात ठेव, त्याबाबत तू कधीही तडजोड करू नयेस. रोज रात्री १० वाजता तू निश्चित झोपावेस असे मला वाटते. थोडा अभ्यास कमी झाला तरी चालेल, थोडाच वेळ पण मन लावून अभ्यास केलास तर तुला त्रास होणार नाही. एक लक्षात ठेव रस्ते, डोंगर किंवा अभ्यास ह्या हळूहळू चढण्याच्या गोष्टी आहेत, त्या घाई करण्याच्या नाहीत.'*

एकदा आदित्यविक्रम म्हणाला, "मी मोटार घेऊन पूर्ण अमेरिका फिरणार." घनश्यामदासांना वाटले हे काही ठीक नाही; पण बसंतकुमार आणि सरलाजींच्या आग्रहाखातर त्यांनी ते मान्य केले शेवटी काळजीपोटी घनश्यामदास स्वत:च न्यूयॉर्कला जाऊन राहिले आणि त्यांनी आदित्यविक्रमला सांगितले, "तू कुठेही जा पण दिवसातून तीन वेळा तरी मला फोन करत जा." एकदा आदित्यविक्रम मुक्कामाच्या ठरलेल्या वेळेपेक्षा खूपच आधी पोहचला. साहजिकच घनश्यामदासांना वाटले की हा मुलगा भरमसाठ वेगाने गाडी चालवत असेल. यावरून आदित्यविक्रमला थोडी बोलणीही खावी लागली. पण आजोबांचा नातवावर जीव होता हे मात्र खरे असे यातून दिसते.

काही वर्षांनी ज्या वेळी उद्योगाची वाटणी करायची ठरली, त्या वेळी घनशामदासांनी आदित्यविक्रमला आपला वारस म्हणून निवडले. बिर्लांच्या साम्राज्यात दोन महत्त्वाच्या कंपन्या ज्या बिर्ला कुटुंबाच्या दृष्टीने रत्नासारख्या होत्या, त्या म्हणजे ग्वालियार रेऑन आणि हिंडाल्को. या दोनही कंपन्या त्यांनी आदित्यविक्रमला दिल्या. १९८३ ला घनशामदास वारल्यानंतर त्या आदित्यच्या ताब्यात आल्या. मरणाच्या वेळी घनश्यामदास लंडनला होते आणि आदित्यला फोन करण्याचा प्रयत्न करत होते, पण फोन लागला नाही. अंतकाळीसुद्धा नातवाचा म्हणजे आदित्यविक्रमचा विचार त्यांच्या मनात घोळत होता.

आदित्यच्या दृष्टीने त्याचे आजोबा म्हणजे एक देवतातुल्य व्यक्तिमत्त्व होते. तो सदैव असे म्हणे की, ''आजोबा तुम्ही आणि आम्ही यावज्जीव एकत्र राहणार आहोत.'' यावर घनशामदास त्याला थट्टेने म्हणत, 'अरे बाबा, हे तुझे म्हणणे आता ठीक आहे. पण एकदा का तुला बायको मिळाली की तू आम्हांलाच घराबाहेर काढून टाकशील.' आदित्य म्हणे, ''अहो, त्याच्याआधी माझ्या बायकोलाच बाहेर जावे लागेल.''

ज्या वेळी आदित्य ड्युपाँ कंपनीबरोबर भागीदारीचा विचार करत होता आणि ती चर्चा फिसकटली त्या वेळी त्याने आजोबांना लिहिलेले पत्र असे,

''दादाजी, तुमचे पत्र वाचून मला नेहमीच स्फूर्ती येते, तुमच्या पत्रामुळे माझ्या मनात विश्वास निर्माण होतो. एक प्रकारचे नैतिक पाठबळ मला मिळते. गेल्या काही वर्षांत मी ज्या ज्या वेळी अडचणीत होतो त्या त्या वेळी तुमच्या पत्रांचा मला आधार वाटत होता.''

या भागीदारीबद्दल बोलायचे तर ड्युपाँ कंपनीचे पत्र मला काल मिळाले. आपण दिलेल्या योजनेत भागीदारी करण्याची त्यांची तयारी नाही आणि त्यांनी दिलेल्या योजनेत मला काही रस नाही. त्या कंपनीने मला असे सुचवले आहे की, आपल्या उद्योगात त्यांना ६०% भाग द्यावा, आणि संचालक मंडळावर दोन जागा द्याव्यात. मला असे वाटते की बोर्डावर एकूण किती लोक असावेत याची ते वाच्यता करत नाहीत, याचा अर्थ त्यांना संचालक मंडळावर बहुमत हवे असेल. त्यांच्या दृष्टीने आपण मांडलेली योजना फारच छोटी आहे, त्यामुळे ड्युपाँ कंपनी जरी कितीही चांगली असली तरी ते लोक हावरेपणाने अवाच्या सवा मागणी करत आहेत. म्हणून मला वाटते त्यांची भागीदारी पत्करून त्यांना आपल्यावर अधिकार गाजवण्याची संधी आपण देऊ नये.'

पत्र दुसरे: बंसतकुमार आणि कुमारमंगलम्

बसंतकुमार यांनी आपल्या नातवाला म्हणजे कुमारमंगलमूला बाल्टीमोर येथून लिहिलेले पत्र असे आहे.

''मत्प्रिय कुमारमंगलम्, गेल्या काही तासांत प्रिय आदित्यची प्रकृती खूपच बिघडलेली आहे. डॉक्टर मंडळींनी आशा सोडली आहे आम्ही सर्वजण डोळे गाळत शोकमग्न आहोत. ईश्वराच्या प्रार्थनेशिवाय आमच्या हाती काहीही नाही.

(रात्री १२.३० वाजता) ''अखेर आदित्य नावाचा सूर्य मावळला. आम्ही सारेजण खरोखरच विदीर्ण झालो आहोत. काही ओक्साबोक्शी रडताहेत. आदित्यचे बालपण आणि त्याचे आयुष्य याचा चित्रपट मनापुढे धावतो आहे. ज्या वेळी आदित्यचा जन्म झाला त्या वेळी आमच्या दृष्टीने तो सुखाचा परमोच्च क्षण होता. ईश्वराची ती सर्वात मोठी कृपा होती. त्याचे यशस्वी शिक्षण, सुखी लग्न, त्याचे उद्योगात पदार्पण, त्याची आंतरराष्ट्रीय यशस्विता, त्याच्या कुटुंबाची वाटचाल सारे सारे आमच्या मनापुढे दिसत होते. जुलै १९९३ पर्यंत आमच्या अपेक्षेपेक्षा ईश्वराने फारच मोठी कृपा आमच्यावर केली. त्याचे आशीर्वाद आणि कृपाप्रसाद यांसाठी आम्ही ईश्वराचे किती आणि कसे आभार मानावे आणि आम्ही त्याचे कसे उतराई व्हावे हेच कळत नव्हते. तथापि, भविष्यात काय वाढून ठेवले आहे याची आम्हांला काहीच कल्पना नव्हती पण ऑगस्ट १९९३ मध्ये आदित्यच्या कॅन्सरची वार्ता कळून आमच्यावर संकटाचा डोंगरच कोसळला. त्याची प्रकृती झपाट्याने खालावत गेली. हा काळ अत्यंत दुःखाचा गेला. पण राजश्री, निरजा आणि सर्वच कुटुंबावर हा जो आघात झाला त्याने आम्ही सर्वजण दिङ्मूढ होऊन गेलो. पण शेवटी ईश्वरेच्छा यापलीकडे आपण काय म्हणणार.''

पत्र तिसरे : कुमारमंगलम्– सहकाऱ्यांना पत्र

आदित्यच्या मृत्यूनंतर कुमारमंगलमूने उद्योगातील सर्व ज्येष्ठ अधिकारी आणि कार्यकर्ते यांना एक पत्र लिहिले. ते असे –

''आज या प्रचंड उद्योगाच्या सर्व ज्येष्ठ सहकाऱ्यांना हे पत्र लिहिताना मी त्यांच्याकडे व्यावसायिक संबंधापेक्षा, त्यांच्याकडे मी माझे ज्येष्ठ बंधू आणि बिर्ला कुटुंबातील आदरणीय व्यक्ती म्हणून पाहतो आहे. माझे वडील आदित्यविक्रम यांचा मृत्यू ही एक अनपेक्षित आणि धक्कादायक घटना आहे. त्यातून आपण संपूर्णपणे सावरू शकणार नाही. त्यांच्या निधनाने भारताच्या उद्योग– जगतातला एक मोठा नेता आणि

दूरदृष्टी असणारा उद्योजक काळाच्या पडद्याआड गेला आहे. ज्यांना तुम्ही आदराने 'बाबू' म्हणून संबोधत होता ते आपले नेते आदित्यबाबू आज आपल्यात नाहीत.

"माझे वडील आदित्यविक्रम हे आदर्श पिता आणि नेता होते, ज्यांच्याविषयी मला अपार प्रेम आणि आदर आहे. ते आता आपल्यात नाहीत, हे आपले दुर्दैव. बिर्ला उद्योगाचे हे साम्राज्य वाढवण्यात तुम्ही सर्वांनी पूजनीय पपांच्या खांद्याला खांदा लावून काम केले आहे, यशाच्या काळात आणि अवघड प्रसंगांत आपण त्यांची साथ कधीच सोडली नाही. त्यांचा तुमच्याविषयी असणारा आदर, त्यांच्या ध्येयधोरणांविषयी तुम्हाला असणारी बांधिलकी आणि प्रेम याला तुलनाच नाही. आदित्यविक्रम यांना तुमच्याविषयी जे प्रेम आणि विश्वास वाटत होता, त्याला तुम्ही पात्र ठरलात; पण आज ते नसताना, त्यांची आठवण जागी ठेवण्यासाठी आपण एकदिलाने काम करून त्यांची स्वप्ने साकार करण्याचा प्रयत्न करूया. आयुष्य आणि काम कधीच थांबत नाही अशीच आदित्य बिर्ला यांची भावना होती त्यामुळे ते सदैव आपल्यात आहेतच असा विश्वास मनी बाळगून आपण कामाला लागूया. मला खात्री आहे की त्यांच्या शुभेच्छा आणि आशीर्वाद आपल्या पाठीशी असल्याने आपल्या उद्योगाची भरभराटच होणार आहे."

पत्र चौथे : बसंतकुमार आणि सरलाजी– त्यांचे नातू कुमारमंगलम् यांना

श्री. बसंतकुमार आणि सरलाजी यांनी कुमारमंगलम्ने उद्योगाची सूत्रे हाती घेतल्यानंतर त्याला लिहिलेले पत्र असे आहे.

"गेल्या १०-१५ दिवसांत अनेक वृत्तपत्रांचे प्रतिनिधी आम्हांला भेटायला आले. सगळ्यांच्या चेहेऱ्यावर एक प्रश्न दिसत होता, ज्या ज्येष्ठ अधिकाऱ्यांनी माझ्या (बसंतकुमार) बरोबर आणि आदित्यविक्रमबरोबर काम केले ते सारे ज्येष्ठ अधिकारी तुला संपूर्ण सहकार्य देतील की नाही? तुला ठाऊक आहे की आम्ही आत्मविश्वासाने साऱ्यांना सांगितले की असा प्रश्नच उद्भवत नाही. आमचे सर्व अधिकारी हे आमचे कुटुंबीय आहेत. त्यांना आमच्याविषयी प्रेम आहे. त्यामुळे सहकार्य मिळेल की नाही असा प्रश्नच उद्भवत नाही. थोड्याच काळात तू हे सिद्ध करून दाखवलेस. आणि खरोखर याचे सर्व श्रेय तुलाच दिले पाहिजे. गेल्या काही वर्षांत तू बिर्ला उद्योगाचे सुकाणू हाती घेतल्यापासून आपल्या उद्योगात नवनवीन तंत्रज्ञानाचा उपयोग करून अधिक परिणामकारक काम करून दाखवलेस. ईश्वराच्या कृपेने आज उद्योगाची सर्व सूत्रे तुझ्या हाती आहेत, तू कामाच्या नवीन पद्धती, आणि व्यवस्थापन, नवीन नियम आणल्याने आणि त्यांचा स्वीकार ज्येष्ठ अधिकाऱ्यांनी केल्याने आपल्या उद्योगाचे उदाहरण

अनुकरणीय ठरले आहे. भारतातील इतर उद्योगांत तुझ्या नवीन कल्पना आता अमलात आणल्या जात आहेत. वयामुळे निवृत्त होणाऱ्या ३५० अधिकाऱ्यांना एकाच दिवशी निवृत्त करून तू उद्योगाला नवीन वळण दिले आहेस. या सर्व अधिकाऱ्यांची निवृत्ती अतिशय आनंदाने आणि समाधानाने झाली यातच तुझी कर्तबगारी दिसते आहे. तू कामाचा व्याप वाढवतो आहेस,पण वाढणारा प्रत्येक उद्योग हा कमालीच्या उत्पादकशीलतेने वाढला पाहिजे हे लक्षात घे. आमचा तुला सल्ला असा आहे की, गरजेपेक्षा अधिक धोका पत्करू नकोस, कामाचे नियोजन अतिशय काळजीपूर्वक आणि सावधपणाने कर, नियमितपणे ताळेबंद बघून आपल्या आर्थिक स्थितीचा रोजच्या रोज अंदाज घेत जा. ज्येष्ठ अधिकाऱ्यांना ताळेबंद तपासण्याची सवय लाव, खरं तर हे सगळं तुला माहीत आहेच, आम्ही हा सल्ला देण्याची तुला गरज नाही पण हे परत परत सांगितल्यावाचून आजी–आजोबांना राहवत नाही म्हणून लिहिले. आम्हां सर्वांना याची जाणीव आहे की, तू खूप नम्र आहेस, फारसा रागावत नाहीस, पण तुझ्या निर्णयाला तू ठाम असतोस. तुझे निर्णय न्यायबुद्धीला धरून घेतले जातात आणि नम्रतेने सांगितले जातात. तुझ्या हाती एवढी सत्ता असतानाही तू कधीही उद्धट वागला नाहीस.''

"तू आणि निरजा दोघांचीही आध्यात्मिक वाढ होते आहे असे दिसते. यावरून तुझ्या आयुष्यात स्थैर्य येईल असे वाटते. तुला सामाजिक कार्यात रस आहे हे पाहून आम्हाला आनंद आहे. असेच परोपकारी काम सुरू ठेव.''

"बिर्ला कुटुंबाला मोठे नाव आहे, प्रतिष्ठा आहे आणि त्यांची स्वत:ची काही मूल्ये आहेत. ही परंपरा तू जपशील. कुटुंबाची प्रतिष्ठा वाढवशील आणि आमची खात्री आहे यासाठी मन आणि बुद्धी एकत्र करून प्रयत्नपूर्वक तुझे नाव उज्ज्वल करशील असा आमचा तुला आशीर्वाद आहे. स्वर्गातूनसुद्धा आदित्य तुझ्यावर कृपादृष्टी ठेवून असेल. राजश्री, अनन्यश्री, आणि आर्यमन या साऱ्यांना आमचे आशीर्वाद. हे पत्र तुला लिहिताना आजी आजोबांचे डोळे भरून येत आहेत.''

कुमारमंगलम् यांनी आपला मुलगा आर्यमन याला लिहिलेले पत्र.

पत्र पाचवे : वडील आणि मुलगा कुमारमंगलम् आणि आर्यमन

"आज तुला वयाची ७ वर्षे पूर्ण झाली. आज मी तुला जे लिहितो आहे त्याचा संपूर्ण अन्वय आणि अर्थ कदाचित आज तुला कळणार नाही. पण जसजसा तू मोठा होशील त्या वेळी तू जपून ठेवलेल्या या पत्राचा खराखुरा अर्थ तुला त्यावेळी कळेल.

माझी प्रार्थना अशी आहे की, ज्या वेळी तुला आशीर्वादाची, आधाराची गरज वाटेल, त्या त्या वेळी या पत्रातून तुला तो मिळेल. कारण आज मी जे लिहितो आहे त्याला आजच्या दिवसाचा असा संदर्भ नाही तर तो आहे एकूण जीवनाचा.''

"माझ्या वडिलांविषयी मी काय लिहू? आयुष्याच्या प्रत्येक भागाविषयी आदित्यविक्रम यांनी काळजीपूर्वक नियोजन केले होते. ज्या वेळी मी सी. ए. च्या परीक्षेला बसलो, त्या वेळी ते मला परीक्षाकेंद्रावर सोडायला आले होते. त्यांना खूप काम असतानाही ते माझ्याबाबतीत छोट्यामोठ्या गोष्टींकडे जातीने लक्ष देत असत. ते खऱ्याखुऱ्या अर्थाने कर्मयोगी आहेत. ज्याप्रमाणे त्यांनी आपल्या घरातील वडिलधाऱ्यांकडून हे संस्कार घेतले, त्याप्रमाणे तूही ते संस्कार घेशील अशी मला खात्री आहे. ज्या वेळी मी कामावर जायला लागलो, त्या वेळी माझ्या वडिलांनी मला अक्षरश: घाण्याला जुंपले. कामाच्या बाबतीत ते फार कठोर शिस्तीचे होते. मी लंडनला शिकायला जाण्यापूर्वी माझ्या वडिलांनी मला उद्योगाच्या प्रत्येक खात्यात काम करायला लावले. अशी दोन वर्षे तरी मी जमिनीवर पाय रोवून काम शिकत राहिलो. त्यांच्यासारख्या आदर्श शिक्षकाच्या हाताखाली शिकणे ही माझ्या दृष्टीने फार भाग्याची गोष्ट आहे. खरे तर माणूस चुका करत करत शिकू शकतो, पण अनुभवी मार्गदर्शकाच्या हाताखाली शिकणे याला खरोखरीच नशीब लागते. माझे वडील हे कामाच्या बाबतीत कठोर होते. इतकेच नव्हे तर, आपल्या तत्त्वाशी ते एकनिष्ठ होते. योग्य कामासाठी योग्य माणूस निवडणे ही त्यांची विलक्षण हातोटी होती.''

"पण दैवाला हे बघवले नाही. वडिलांचा अकालीच मृत्यू झाला आणि माझ्यावर एकदमच कामाचा डोंगर कोसळला. त्या वेळी माझी सर्व शक्ती पणाला लावून मी कामाला लागलो. प्रत्येक प्रसंगी माझे वडील कसे वागले असते, त्यांनी निर्णय कसा घेतला असता याचा विचार करूनच मी निर्णय करीत होतो. खरे तर माझ्यावर दु:खाचा एवढा डोंगर कोसळला होता की कदाचित त्यापासून पळून जाण्याकरतासुद्धा, कामात अखंड गुंतवून घेण्याचा मी प्रयत्न केला असेन. समोर काम खूप होते, पण त्याला न भीता मी हळूहळू तो डोंगर खोदायला लागलो. मला खात्री आहे की त्या वेळी आपल्या उद्योगात अनेक माणसे अशी असतील की या तरुण मुलाला हे काम झेपेल की नाही? या काळजीचा भुंगा ज्यांचे शंकेने मन पोखरत असेल, माझ्या वडिलांनी ज्याप्रमाणे ज्येष्ठ सहकाऱ्यांच्या मनात जे आदराचे स्थान मिळवले ते मला मिळवता येईल की नाही? अनेक वेळा संचालक मंडळाच्या सभेत आज वडील असते तर त्यांनी काय निर्णय घेतला असता असा विषय निघे आणि सारे सहकारी गप्प बसून मूक अश्रू ढाळीत

असत. एका माणसाने इतक्या लोकांच्या आयुष्यावर एवढा जबरदस्त पगडा कसा बसवला असेल याची मला कल्पनाच करता येत नाही."

"अलीकडेच कंपनीच्या निवृत्तीचे धोरण मी जाहीर केले. हे मी केवळ माझ्या मनाने केले नाही. याचा विचार मी गेली दोन वर्षे करत होतो. अनेक वेळा मनात या विषयाचे चर्वितचर्वण करून या योजनेचे गुणदोष मी तपासले आहेत. माझ्या ज्येष्ठ सहकाऱ्यांबरोबर मी याची चर्चाही केली आहे. ज्या निर्णयांचा परिणाम अनेक लोकांच्या आयुष्यावर होणार असतो तो निर्णय घेताना खूपच काळजी घ्यायला हवी. यासाठी भरपूर विचार करून आणि आपल्या संस्थेच्या एकूण हिताच्या दृष्टीने तो निर्णय योग्य आहे याची खात्री पटल्यानंतर मी तो निर्णय केला."

'पगारवाढीबद्दलही माझे हेच मत आहे. आपल्याला अधिकाधिक गुणी माणसांना आपल्या संस्थेकडे आकर्षित करायचे असेल तर त्यांच्या गुणवत्तेनुसार त्यांना पगारही द्यायला हवा. त्यामुळ पगारवाढ आणि निवृत्ती दोनही बाबतीत जे निर्णय मी केलेत ते पारदर्शी आणि न्यायाला धरून होते अशी माझी खात्री आहे. ते निर्णय संस्थेच्या हिताला धरून आहेत अशी खात्री त्या संबंधित लोकांनाही आहे. हे सारे करताना मी बिर्ला परंपरेहून थोडा वेगळा मार्ग स्वीकारला असे वरकरणी दिसते हे खरे; पण उद्योगाच्या विकासाच्या दृष्टीने उद्योगाच्या कारभारात आणि प्रशासनात व्यावसायिकदृष्ट्या प्रशिक्षित लोकांना वरच्या पदावर घ्यावे लागणे हे स्वाभाविक आहे. उद्योगातील एक अधिकारी म्हणून आपल्या हे लक्षात यायला हवे की जर तुमच्यात गुणवत्ता असेल तरच तुम्ही उद्योगविकासाला हातभार लावू शकता आणि तुम्हांला बिर्ला उद्योगातील मूल्ये जर पटली असतील तर तुमच्या हे सहजच लक्षात येईल की उद्योगाबरोबरच तुमचाही विकास झाल्याशिवाय राहणार नाही. तुमची झळाळणारी गुणवत्ता कुणालाही दिसेल आणि तुम्ही एकावरची एक पदे घेत प्रशासनाच्या शिडीवर चढत रहाल."

"या दोनही निर्णयांविषयी माझे वडील किंवा आजोबा यांना काय वाटेल, असा विचार मी केला नाही. त्या दोघांशीही या विषयाची चर्चा मी कधीही केली नव्हती; पण त्यांच्यासारख्या विचारवंत आणि अनुभवी माणसांनी माझ्या विचारांना– या प्रशासनाच्या पुनर्रचनेच्या विचारांना संमती दिली असती असे मला मनापासून वाटते."

"अर्थात् वृत्तपत्रे आणि माध्यमे यांचा दृष्टिकोन अगदी वेगळा असतो. कारण त्यांना काही तरी सनसनाटी हवे असते. मला वाटते जोपर्यंत मी घेतलेले निर्णय संस्थेच्या हिताचे आहेत तोपर्यंत माध्यमांना काय वाटेल किंवा वृत्तपत्रे काय लिहितील याची पर्वा न करता आपण उद्योगाच्या हिताचाच विचार केला पाहिजे. माझे वडील मला नेहमी

म्हणत की, मी तुझा शिक्षक आहे; पण मी मार्गदर्शक असलो तरी माझाच कित्ता तू गिरवावास असे मला वाटत नाही. कारण तू एक स्वतंत्र व्यक्तिमत्त्व आहेस आणि आयुष्यात तुला तुझे कर्तव्य गाजवायचे आहे. स्वत:चे भविष्य स्वत: घडवायचे आहे.''

''तुझे नाव आर्यमनविक्रम असे ठेवले कारण आदित्यविक्रम आजोबांसारखे तुझे नाव असावे पण तरीही तू आजोबांची प्रतिकृती न होता, स्वत:चाच विकास स्वतंत्रपणे करावास यातच तुझ्या आजोबांना धन्यता वाटेल.''

''आणखी ही एक गोष्ट लक्षात घे, ती म्हणजे उद्योगातील काम हाच काही आयुष्याचा एकमेव हेतू नाही. तू समृद्ध आयुष्य जगावेस, झोकून देऊन खेळावेस, तुझी स्वप्ने साकार करण्यासाठी भरपूर प्रयत्न करावास. ''तू जर अंत:करणपूर्वक परिश्रम केलेस तर माझ्या दृष्टीने तुला अशक्य असे काही नाही. तू घेतलेले निर्णय आणि बांधलेली धोरणे यांचा तुला कल्पनाही येणार नाही इतक्या लोकांच्या आयुष्यावर परिणाम होत असतो. तुला नकळत तू अनेकांच्या आयुष्यात एक 'रोल मॉडेल' असतोस. आजोबा आणि नातू यांचे नाते अगदी वेगळे आहे. तुझ्या आजोबांचे म्हणजे बसंतकुमारांचे त्यांच्या आजोबांवर अतिशय प्रेम होते. तसेच माझेही आहे. आणि जसजसे वय वाढत जाते तसतसे आपल्या लक्षात येते की, आपले आजोबा आपल्याजवळच आहेत आणि ते या जगात असले काय आणि नसले काय, ते सदैव उबदार प्रेम देण्याकरता आपल्या अंत:करणात बसले आहेत.'' आशीर्वादपूर्वक.

कुमारमंगलम्